Shinda Kivuli Kinacho Teketeza Afya Na Mafanikio Yako

Gundua Siri Ya Kutibika Na Kufanikiwa Maishani

ROBERT R. MNDEME

VITAL WORLD PROJECTS

Shinda Kivuli Kinacho Teketeza Afya Na Mafanikio Yako
Gundua Siri Ya Kutibika Na Kufanikiwa Maishani

Toleo la kwanza 2012

Robert R. Mndeme, Mwanasayansi Mtafiti,
Tafiti kuhusu uhusiano wa hisia za mwanadamu
Kwa afya na ustawi wa jamii.

vitalworld.project@duniahai.com
www.duniahai.com
Tel +255 784 286 065
P O BOX 10730 ARUSHA
TANZANIA

Published by Vital World Projects
Printed in the United States of America
Cover Design: Connie Walser Derek

ISBN 978-9987-9421-3-8

YALIYOMO

UTANGULIZI

Uko tayari kuelimika kuhusu hisia zako na mahusiano yake kwenye maisha yako ya kila siku. Mengi yamesimuliwa kuhusu somo hilo na utakuwa na fursa muhimu ya kulitafakari na kulielewa, hatimaye kujenga afya na mafanikio yanayohitajika kwenye maisha yako.

Hisia hasi za chuki, woga, hasira, shaka, wasiwasi, kinyongo na nyingine zote, kinyume na inavyoaminika; Ni kwamba, huwa zinajitokeza kwa mwanadamu ikiwa ni kama onyo kuwa ameuacha uasili wake ambao ni ufahamu unaomjengea utu wake. Onyo hilo lingetegemewa kutiliwa maanani na hivyo mkosaji kujirekebisha na kurejea kwenye uasili wake mara moja. Lakini kwa kuwa mara nyingi onyo hilo halizingatiwi, hisia hasi *(negative emotions)* kwa kanuni zake hutumia fursa hiyo kumuadhibu mwanadamu vikali na pengine kumteketeza kabisa kwa njia ambazo bado ni siri iliyofichika kwa wengi.

Kwanza utaelimika jinsi hisia hasi zinavyokuwa kama sumaku ya kihisia (*hypnotic emotions)* inayo kushikamanisha na matukio yote hasi na kuyafanya yajirudie tena na tena kwenye maisha yako. Hali ambazo wengine wanaziita balaa, mkono wa mtu, laana, mkosi, kukosa bahati, kutofanikiwa, kutoendelea na kadhalika. Ni wazi kuwa hali hizi ni dalili tosha za kukwama kimaisha.

Pili utaelimika jinsi hisia hasi zinavyopumbaza kinga ya mwili na hatimaye kuizima kabisa *(total immune shutdown)* na kupelekea magonjwa sugu na magonjwa mapya yaliyowahi kutokea na yatakayotokea kwenye historia ya mwanadamu.

Na tatu utazinduka na kutambua jinsi hisia hasi, pindi unapozizalisha zinavyokujengea misukumo yenye ushawishi usiovumilika *(hypnotic forces)* wa hamu na tamaa ya vipoozeo na starehe zilizovuka mipaka kwenye maisha yako. Hii ikiwa ni namna ya kupooza maumivu yanayosababishwa na hisia hizo zilizozaliwa baada ya kukiuka uasili wako ambao ni ufahamu unaojenga utu wako.

Jitihada za dhati zimefanywa kukueleweshа ili upokee nuru ya utambuzi, itakayoshinda kivuli kizito kinachojengwa na hisia hasi na kuficha uharibifu mkubwa kwenye jamii yetu kwa kipindi kirefu sasa. Baada ya nuru hiyo kuondoa kivuli hicho, kilicho asilishwa na hisia hasi, haitegemewi mtu atamkiwe nini cha kufanya kwani baada ya kivuli kutoweka kila kitu kinakuwa wazi hadharani na hakuna mantiki ya kutoa maagizo ndani ya nuru nini kifanyike au nini kisifanyike. Ni wajibu wa mtu binafsi kuchagua na kuchukua hatua zinazoridhiana na nafsi yake.

Ikiwa hata baada ya nuru kutokomeza giza na mwanga kutawala, wakati huo huo akatokea mtu anayesubiri maelekezo nini kifanyike, itambulike wazi kuwa mtu huyo hayuko tayari kuzinduka toka kwenye usingizi mzito *(hypnotic sleep)* wa hisia hasi. Kwa kifupi ameathirika kwa kiwango ambacho hasaidiki tena na asitokee mtu kupoteza muda wake kumsukuma na kumlazimisha kuamka, kwani kufanya hivyo ni jitihada zisizotegemewa kuzaa matunda yeyote.

Msaada wa msingi ni kuchukua hatua ya kumuonyesha hatari, madhara na uharibifu wote, ambao ni kama giza na matokeo ya kutokuwepo kwa hali hizo za uharibifu ambazo ni kama nuru. Baada ya jambo hilo kufanyika, maamuzi na wajibu binafsi aachiwe kila mmoja wetu ili atumie utashi wake kujinusuru na hatimaye kueneza nuru hii ya ufahamu inayohitajika kwa kiasi kikubwa na taifa letu sasa, kuliko wakati mwingine wowote.

Kitabu kimekusudiwa kisomwe na mtu yeyote mwenye subira na utulivu wa tafakari ya kina. Si kwa ajili ya kusomwa ukiwa umechoka kama njia ya kujipumzisha, kujiburudisha au kusomwa kwa kulipua na kujivunia kumaliza kukisoma tu. Ni hoja kwa ajili ya tafakari; kwani zoezi la kutafakari kwa utulivu, uvumilivu na busara linafichua na kuushinda uharibifu uliobebwa na *kivuli cha hisia hasi*. Hatimaye ushindi huu utawezesha kuvunwa kwa mafanikio ya mwanadamu na kiwango chote cha afya kisichopatikana sehemu nyingine yeyote ile, ila tu ndani ya ufahamu unaojenga utu wa mtu.

Usichokijua Kuhusu Hisia Hasi

1

Usichokijua Kuhusu Hisia Hasi

Tuna taarifa muhimu za ukweli wa kina kuhusu hisia zetu zinavyoweza kutusababishia maradhi na kutofanikiwa kwenye maisha yetu. Hali zinazotokana na hisia hizi tunaishi nazo tangu tunapopata ufahamu utotoni hadi utu uzima.

Huu ni ugunduzi muhimu wa hivi karibuni utakaokupa kujitambua upya na kukuongezea uwezo wa kukabiliana na matatizo na misuguano mbalimbali kwenye maisha yako.

Hisia zetu zimechukua sehemu kubwa ya maisha yetu wakati wote, hasa tunapojikuta kwenye matatizo na ugumu wa maisha. Tumevuna hisia mbalimbali kila tulipokutana na matukio ya misuguano na matatizo mbalimbali kwenye shughuli zetu za kila siku.

Matatizo na misuguano yeyote ya maisha hutupelekea

kuzalisha hisia hasi za woga, shaka, wasiwasi, hasira, chuki, vinyongo na hisia hasi nyingine mbalimbali toka kwa muhusika dhidi ya tukio la msuguano fulani au tatizo linalomkabili.

Inawezekana ni sahihi kusema kuwa hakuna ambaye hajawahi kuwa mdau wa hisia hizi. Kwani ni kweli kuwa tunazitumia hisia hasi *(negative emotions)* kama silaha na kinga kwenye kukabili matukio mbalimbali ya kutudhuru mwili au utu wetu. Hebu sasa tuzidadisi kwa undani hisia hasi anazozalisha mwanadamu na jinsi anavyozitumia kwenye maisha yake ya kila siku.

Unaweza kutafakari na kujitizama kwa undani na kujiuliza, je una elimu kiasi gani juu ya hisia ambazo ni sehemu ya mwili wako? Umewahi kujiuliza unajua tabia ngapi zinazobebwa na hisia hasi? Hivi ni sahihi kuzitumia hisia hizi kama silaha au kinga katika kukabili tatizo au kutetea hadhi na heshima yako? Hivi inawezekana kupinga au kuwa mkali dhidi ya jambo fulani bila kuzalisha hisia hasi?

Tuseme hivi, kila mmoja kwa wakati wake atoe muda wa kutosha kutafakari. Na bila shaka atafikia majibu yatakayo mpelekea kuamsha na kuendeleza udadisi wake juu ya hisia hasi zinavyoweza kumjengea mafanikio, bahati mbaya, kumkwamisha au kumdhalilisha kimaisha.

Kwa sasa tukubaliane na tabia moja kuu ya hisia hizi, tabia iliyo muhimu kwenye maendeleo na ustawi wa maisha yetu. Kuna ushahidi wa kutosha, kudhihirisha kuwepo kwa mshikamano imara usio vunjika kirahisi kati ya hisia hizi na matatizo, maradhi na misuguano mbalimbali kwenye maisha yetu.

Tuuseme ujumbe huu muhimu kwa sentensi moja; hisia hasi hujenga mshikamano imara na matatizo, maradhi na misuguano mbalimbali ya maisha yetu. Hili tulirudie tena kwa namna tofauti ili litambulike, lieleweke vizuri na liwe wazi hadharani.

Kuna mshikamano imara usiovunjika kirahisi kati ya matatizo yetu na hisia hasi. Na ukweli ni kuwa hisia hasi ni sehemu ya maisha yetu tangu utotoni hadi utu uzima. Ikimaanisha kuwa hisia hizi zitashikilia matatizo, maradhi na misuguano mbalimbali na kuifanya kuwa sehemu ya maisha yetu tangu utotoni hadi uzeeni.

Hapa ni vema tuutambue na kuusema ukweli muhimu mapema iwezekanavyo. Nao ni huu, kama kuna bahati mbaya au kukwama ki maisha kwa namna yeyote ile, basi upo mchango wa hisia hasi, kutokana na uwezo wake mkubwa wa kushikilia matukio ya misuguano au matatizo na kuyafanya yashikamane na kuambatana na sisi popote tunapokuwa.

Tukio ambalo ni tatizo la aina fulani, lililofanya mtu akazalisha hisia hasi za woga, shaka, chuki, hasira, kinyongo na kadhalika, tukio hilo wakati wote halitatengana na hisia hizo. Wakati wowote muhusika atakapokuwa na hisia hizo, tukio lililozijenga hisia hizo hapo awali litajitokeza na kuambatana na muhusika. Ni kanuni kuwa tukio lililozalisha hisia hasi na hisia hasi zilizozalishwa na tukio hilo havitengani kirahisi.

Binti aliyedhalilishwa kijinsia utotoni, pamoja na kupinga sana tukio hilo moyoni na kwenye fikra zake, amejikuta hali hiyo ikijirudia mara kwa mara kwenye maisha yake bila yeye kuelewa ni kwa nini inakuwa hivyo. Kwa kukosa uelewa, sasa ameikubali hali hiyo na kujichukulia kuwa yeye ni mtu wa kuandamwa au mwenye bahati mbaya ya aina hiyo hadi sasa ni mtu mzima.

Ukweli asioujua Binti huyu ni kuwa hisia hasi za chuki, hasira, ghadhabu, shaka, woga na mfadhaiko alizozalisha mara ya kwanza dhidi ya tukio hilo la kikatili, zimekuwa kama sumaku ya kihisia inayowezesha tukio hilo kujishikamanisha naye na kujirudia kwenye kipindi chote cha maisha yake. Hisia hasi za tukio fulani zinapokomaa zinakuwa kama kivuli kinachobaki ndani ya muathirika na kuendelea kuchochea tukio lililozijenga kujirudia kwenye maisha ya muathirika hadi atakapotambua ukweli na kuamka toka usingizi wa hisia hasi na kuwajibikia hisia zake hadi zitokomee kabisa.

Kutokana na ukweli wa kanuni hii ya hisia hasi, mara nyingi mtu hadhulumiwi au kufanyiwa ukatili mkubwa mara moja tu kwenye maisha yake, mara nyingi dhuluma au ukatili huo hujirudia. Kama ambavyo wakati mwingine mateka au mtumwa anayefanyiwa ukatili mkubwa asivyoweza kutengana na mdhalilishaji wake hata kama itatokea fursa ya wazi kufanya hivyo. Ukweli ambao unaweza pia kushuhudiwa kwa namna fulani kwenye misuguano ya mahusiano ya kifamilia kati ya mume na mke.

Tatizo linapojirudia na kuambatana na muathirika, kwa kawaida hali hiyo inatafsiriwa kuwa muathirika ana mkosi, bahati mbaya au anaandamwa na matatizo yanayomfanya asifanikiwe kimaisha. Lakini ukweli ni kuwa ni tabia ya siri sana ya hisia zetu kujenga *(hypnosis of negative emotions)* mahusiano yasiyovunjika kirahisi kati yake na matatizo yetu ya kila siku.

Ni hali inayopingana na afya zetu, ustawi na maendeleo ya maisha yetu, kwa matatizo yetu kung'ang'ania na kuambatana na hisia zinazozaliwa kutokana na matatizo hayo hayo. Ina maana hisia hasi zinawezesha matatizo na misuguano ya zamani kuwa sehemu ya maisha yetu ya sasa. Na kwa kukosa ufahamu na uelewa wa kutosha, mshikamano huu unatafsiriwa kama kuwa na bahati mbaya au balaa inayomkwamisha na kumkosesha mtu maendeleo na mafanikio kwenye maisha yake. Hali hii inatukumbusha usemi wa "adui wa mtu, ni mtu mwenyewe" au kwa usahihi zaidi tuseme, adui wa mtu ni sehemu ya mtu mwenyewe. Ni hisia hasi zake!

Ni tabia ya hisia hasi ambayo ni sehemu ya mwili wetu inayokuwa msingi na chimbuko la hali ngumu ya maisha, majuto, kile kinachoitwa bahati mbaya au kuandamwa na hali mbalimbali zinazopingana na afya, ustawi na maendeleo ya jamii yetu.

Utatuzi wa tatizo linalotokana na hisia hasi, unapatikana kwa njia moja tu. Kuchukua hatua sahihi na stahili katika utatuzi wa tatizo lolote pasipo kuzalisha hisia hasi. Binti aliyedhalilishwa kijinsia angepaswa kupinga tukio hilo la udhalilishaji na kisha kuchukua hatua zozote ambazo zingekuwa stahili kwa wadhalilishaji wake, lakini bila yeye kuwazalishia hisia hasi za aina yeyote.

Ana haki kabisa ya kupinga tukio hilo, kama ambavyo kila mtu mwenye utu na akili timamu angepaswa kufanya; kupinga, kushutumu kwa nguvu zote na kuchukua hatua stahili katika kukabili tatizo, lakini bila kuambatanisha hisia hasi za aina yeyote. Uwezo wa kuchukua hatua kama hizo unatokana tu na kuelimika, kuelewa, kuerevuka na kujitambua kikamilifu dhidi ya hisia zetu.

Kanuni kuu, pinga au chukua hatua zozote za utatuzi wa tatizo lolote kulingana na mahali na wakati bila ya kujumuisha hisia hasi za aina yeyote. Kamwe haijawahi na haitawahi kutokea hisia hasi kuwa sehemu ya utatuzi wa dhati au wa msingi wa tatizo lolote.

2

Tatizo Kujirudia Na Kuambatana Na Muathirika

Baada ya kuelimishwa kwa kina kuhusu elimu ya hisia zake, mfanyakazi mmoja wa siku nyingi alizinduka na kuelewa kwa undani kwa nini amekuwa anafukuzwa kazi au kuacha kazi mara nyingi na kutokutulia kwenye kazi moja kwa muda mrefu sasa.

Jambo hili limekuwa lina mgharimu maendeleo na mafanikio yake. Ingawa hali hii ilikuwa inamkera sana lakini hata hivyo bila kujielewa vizuri, mara kadhaa alijikuta akijiingiza kwenye malumbano ambayo hatimaye yalimfikisha kuacha kazi yeye mwenyewe au kwa kufukuzwa.

Pamoja na kutafakari kwa kina, jibu alilolipata lilikuwa, labda ndivyo alivyo au yeye hakujaliwa kuajiriwa na labda alipangiwa riziki yake kwenye kujifanyia kazi zake mwenyewe bila kuajiriwa.

Hivyo aliposikia ukweli na siri ya hisia hasi kuweza kuwa kama sumaku inayoshikilia matukio yaliyotokea zamani na kuyafanya yajirudie wakati mwingine, alijiweka kwenye nafasi ya tukio lililomtokea zamani na kujitafakari kwa kina hatimaye alizinduka na mara moja kukumbuka juu ya tatizo lililomtokea kitambo alipoajiriwa kwa mara ya kwanza na kugundua kuwa hali ile kwa namna fulani imekuwa ikijirudia.

Alitambua kosa na kuwajibikia hisia hasi zake kikamilifu hadi zikatokomea kabisa na tatizo kumalizika. Hatimaye ufahamu na uelewa mpya vikamfanya kuwa mfanyakazi mwenye mtizamo mpya, anayejitambua, muwajibikaji na muadilifu. Kwa matokeo haya alijidhihirishia jinsi nguvu ya hisia hasi na uharibifu wake inavyoweza kufuatiliwa na kudhibitiwa kabisa.

Ni vigumu bila msaada wa elimu ya ukweli juu ya hisia zetu, kuzinduka, kuamka na kuwa mtu kamilifu baada ya kupata tatizo linalohusisha hisia hasi na matokeo yake. Lakini baada ya kuchambua na kutafakari kwa muda maelezo na mafunzo yote aliyosikia kuhusu hisia hasi za mwanadamu, mfanyakazi huyu alizinduka toka kwenye usingizi wa kiutambuzi na kukumbuka picha ya tukio zima lilivyokuwa na kulifanyia kazi.

Asubuhi siku ya kwanza kuajiriwa, alijikuta kwenye mgogoro wa wafanyakazi wote wa ofisi hiyo kuchukuliwa kwenda kituo cha polisi kwa mahojiano ya wizi uliotokea ofisini hapo siku moja kabla. Kwa kuwa hali hiyo ilimshtua sana, alishindwa hata kujitetea kikamilifu na hivyo kutoeleweka vema wakati wa mahojiano. Hakutendewa haki na viongozi wake kwa kumuacha kwa makusudi aonekane kama ndiye mtuhumiwa mkuu wa tatizo lile, na ukweli aliokuja kuutambua baadae ni kuwa walimuajiri kwa lengo la kumtumia aonekane ameshiriki wizi uliofanywa na watu wengine.

Ni kweli mtu unapokuwa hujatendewa jambo la haki na kujikuta ukisingiziwa na kudhulumiwa waziwazi, unapatwa na mshtuko au mshindo wa kihisia na kujikuta unazalisha hisia hasi ambazo zinauwezo wa kukupumbaza na kukuzubaisha hadi ukaonekana unafanania tuhuma inayokukabili.

Kanuni ya hisia hasi inazipa uwezo wa kumfananisha mtu na tuhuma ya uwongo kabisa hadi kuonekana kama muhusika wa kweli wa tukio hilo. Hapa kinachotokea ni tabia ile ile ya hisia hizi kuwa na uwezo wa kujifungamanisha na chimbuko la msuguano au tatizo na hatimaye kumuandama muhusika kwa taswira na hali halisi ya tukio.

Ndio maana ni muhimu kuzielewa kwa kina na kuwa makini kuzikabili na kuzidhibiti hisia hasi kabla hazija kupumbaza *(hypnotise)* na kukuunganisha na matukio yaliyozisababisha. Mara nyingi hali kama hii inaweza kumtokea mtu anaposingiziwa uwongo au kusalitiwa kwa namna ya kuudhi kabisa.

Ingawa mambo ndivyo yanavyokuwa, kwa mchakato wa hisia hasi na matukio yaliyozisababisha hisia hizo kuchukua mkondo wake, ni kweli kabisa kuwa gharama zake mara nyingi ni kubwa na za kumrudisha mtu nyuma kiafya na kimaendeleo. Mara nyingi mtu anaweza kujikuta akibeba mzigo wa matatizo yasiyomuhusu kabisa. Tena kwa kipindi kirefu cha maisha yake. Huku wakati wote ikionekana kama hana bahati au ana bahati mbaya kimaisha.

Ingawa tatizo la mfanyakazi huyu kwenye ofisi yake mpya, lilimalizika baada ya miezi kadhaa kupita, lakini mshindo wa misuguano na mahangaiko ya hali ile vilimfanya achukie, akasirike na kuzalisha hisia hasi mbalimbali dhidi ya ofisi ile na viongozi wake. Na mwishoni kabisa ilibidi aache kazi kwa ghadhabu iliyosheheni hisia hasi kali na kuapa kulipiza kisasi kwa uonevu na usumbufu aliofanyiwa kwa gharama yeyote.

Hapa kila mtu aliyeelimika na kupevuka kuhusu somo la hisia hasi na uwezo wake wa kujishikamanisha na matukio ya hatari na yaliyo kinyume na mafanikio ya maisha bora ya mwanadamu, mara moja anatambua kosa la msingi alilofanya mfanyakazi huyu. Mtu yeyote aliyeerevuka dhidi ya hisia hasi anaweza hata akabashiri na kuwa sahihi kwa kiasi kikubwa, mfululizo wa matokeo yatakayo ambatana na mfanyakazi huyu kwa muda mrefu popote atakapokuwa.

Ukweli ni kuwa bila kujitambua au kudhamiria, mfanyakazi huyu alijibebesha gundi inayoshikilia tukio zito lililomtokea hapo ofisini kwake kwa uzalishaji mzito wa hisia hasi na kuapa kulipiza kisasi ambacho kinachochewa na kupewa msukumo na hisia hasi hizo hizo zinazomtatiza kwa kushikilia tatizo hilo. Hakika alikosea kabisa namna ya kukabili tatizo lake, alichotakiwa kufanya ni rahisi sana.

Ingempasa kupinga alichofanyiwa na kuchukua hatua zote anazoona ni za muhimu au za lazima ili kutatua tatizo hilo, kwani hiyo ni haki yake. Lakini! Angefanya hivyo kwa tahadhari moja tu, angekabili tatizo hilo bila kuzalisha hata tone moja la hisia hasi. Si sahihi kabisa kukabili tatizo lolote kwa kutumia hisia hasi. Na mtu akifanikiwa kukabili tatizo au msuguano wowote bila hisia hasi tunamuita kuwa ni mtu jasiri, hodari na shujaa. Akichukua hatua za utatuzi huku akijumuisha hisia hasi tunamuita mtu jeuri, katili, muoga au asiyejiamini, kujitawala na kujitambua.

Ingekuwa ni lazima kabisa ajitenge na hisia hasi za aina yeyote ile ndipo aendelee na hatua nyingine yeyote ya utatuzi wa tatizo lililoko mbele yake. Kwani wote sasa tunatambua umuhimu wa tahadhari hiyo. Angetakiwa kutambua kuwa kitaalam hisia hasi si msaada, wala si silaha, kinga au msamaria mwema kwenye utatuzi wa tatizo lolote kwenye maisha yetu.

Baada ya kupitia mahangaiko mengi na kukwama kwa kiasi kikubwa kwenye kazi zake, hatimaye ilitokea siku moja akakutana na elimu sahihi iliyompa majibu aliyokuwa anayahitaji ili kukabili kikamilifu tatizo lililokuwa limemsumbua kwa muda mrefu.

Baada ya kupata ufahamu, kuelimika na kuelewa kwa kina, mfanyakazi huyu alitambua kuwa hisia hasi alizozalisha kwa uzito kabisa, dhidi ya kitendo cha kuonewa siku ya ajira yake kwanza, kwa namna fulani zilijenga mahusiano yasiyovunjika kirahisi na tukio la kuajiriwa kwake, kunyanyaswa na kudhalilishwa kwenye ofisi mpya.

Ni lazima tuelewe kuwa, kuendelea kutembea na mkusanyiko wa hisia hasi za tukio fulani kwenye ufahamu wetu au tuseme moyoni ni sawa na kutembea na tukio lenyewe kwenye mazingira nje yetu. Kwani wakati wowote hali ikiruhusu, linaweza kujijenga nje yetu kama tukio halisi kabisa, kwani ndani limekamilika kwa utambulisho wa hisia hasi kama mbegu iliyo tayari kuchipua na kuota wakati wowote ule hali ikiruhusu na kuwa tukio halisi kabisa kwenye maisha.

Mkusanyiko wa hisia hasi uliojijenga ndani ya mtu ni kama pacha wa tukio halisi lililowahi kutokea nje yake. Na mapacha hawa, wa ndani na wa nje hawatengani wala kuachana kirahisi. Wakati wowote mazingira ya matukio haya yanapo shabihiana tu au kukaribia kufanana, mtu anajikuta akirudia kufanya matendo yale yale ya zamani kwa msukumo toka ndani yake unaohitaji kujikamilisha kama tukio halisi nje yake.

Mara nyingi ni vigumu, kuwa na ufahamu wa kutosha kufanya mtu kutambua jambo hili. Lakini hata kama halikutambuliwa, ukweli ni kuwa tukio halisi lililozalisha hisia hasi hapo awali lipo kama tukio pacha moyoni kwa muathirika na halikufa. Lipo hai na kwa siri kabisa, linaendelea kimya kimya kugharimu afya, maendeleo na mafanikio ya muathirika kwa kiwango kikubwa, kwani mara kwa mara kila hali inaporuhusu linajitokeza kama tukio halisi kwenye maisha yake ya kila siku.

Vibaya zaidi, ni kuwa mkusanyiko wa hisia hasi ndani ya mtu kama mbegu au pacha wa tukio halisi lililowahi kutokea nje siku zilizopita, unaweza kuwa chimbuko la magonjwa ambayo chanzo chake hakitatambulika kirahisi au kugunduliwa katika hali ya kawaida. Tukio pacha ndani ya mtu, ni kama ambukizi (*emotional parasite*) ambalo linaweza kuusababishia mwili aina fulani ya magonjwa toka ndani ya mgonjwa mwenyewe. Maambukizi haya ni tofauti na tuliyoyazoea, yanayofanyika toka kwenye mazingira ya nje yetu *(physical parasite).*

Kwa elimu ndogo iliyopo sasa hivi kuhusu hisia zetu, inafanya hisia hasi kuchukuliwa pasipo umuhimu wa kutosha. Madhara yake kijamii na kiafya bado ni tatizo kubwa lisilofahamika kwa kiasi cha kutosha. Mara nyingi magonjwa yanayotokana na mchakato mzima wa hisia hasi, huchukuliwa kama yale yasiyokuwa na tiba. Ni kweli maradhi sugu yanayochangiwa na hisia hasi hayatibiki kwa dawa ya aina yeyote ile, zaidi ya uelewa wa utu wa mtu kudhibiti hisia hizo na matukio pacha ndani ya mtu.

Kama ilivyo kweli kwa hisia hasi kuwa na uwezo wa kushikilia tatizo na kulifanya liambatane na muathirika kwa kipindi kirefu kwenye maisha yake. Hii inaweza pia kuwa kweli kwenye baadhi ya magonjwa na kuyafanya kuchukua mtizamo wa kuwa sugu. Hisia hasi zilizozama ndani yetu kama tukio pacha, zaidi ya kuwa na uwezo wa kuambukiza magonjwa hayo, ni kweli pia kuwa zina uwezo wa kuyashikilia magonjwa hayo hayo kama sumaku inavyoshikilia msumari na kutouachilia kabisa.

Inahitaji ufahamu uliopevuka kusaidia kufahamisha na kutoa utambuzi wa siri hii ili kupelekea kuelimika juu ya hisia zetu katika kuboresha na kustawisha nyanja mbalimbali za maisha yetu.

Inawezekana mara nyingi, hicho kinachoitwa mkono wa mtu kwenye jamii mbalimbali kikawa hakitokani na mkono wa mtu yeyote zaidi ya hisia hasi za muhusika mwenyewe. Jambo linalotakiwa hapa ni kufuta ujinga na kuelimika kwa undani kabisa dhidi ya kanuni na sheria za hisia zetu. Inawezekana kuna giza zito lililotanda kutokana na hisia hizi linalofanya tukose ufahamu na utambuzi wa ukweli wa matatizo mengi yanayotuzunguka.

Kuelimika kuhusu hisia zetu kunaweza kuwa ufunguo wa

kuondoa vikwazo mbalimbali vinavyoathiri ustawi na ubora wa maisha yetu kwa sababu ambazo hazikuwa zinaelezeka kwa muda wa karne nyingi sasa. Utambuzi wa kiufahamu unaotokana na kuerevuka kuhusu ukweli wa uwezo wa hisia zetu ni elimu inayohitajika sasa kuliko wakati mwingine. Kwani madhara ya hisia hizi hayawezi kuendelea kufumbiwa macho na huku ikitegemewa kufikia malengo ya mafanikio yetu.

Mchango wa hisia hasi kwenye kuzorotesha na kukwamisha shughuli mbalimbali za kijamii lazima sasa ueleweke kwa kinaganaga na kuwekwa hadharani. Ukweli huu utatoa mchango mkubwa kwenye kuboresha na kuongeza ufanisi kwenye sehemu mbalimbali za kazi maofisini, kwenye shughuli za biashara, afya, mashuleni na kwenye mahusiano mbalimbali na hasa kwenye ustawi wa familia na Taifa letu.

Kwani ni kweli bado kuna kupumbaa kukubwa dhidi ya uwezo na thamani ya hisia hizi kunakopelekea kukwama kiafya na kimaendeleo kwa ujumla. Wakati haya yakitokea bado jamii inachukulia kuwa ni mambo ya kawaida na yanayopaswa kutokea kimazoea tu. Sana sana yatapewa mtizamo potofu na kuonekana kama matatizo yasiyo na utatuzi au kuhitaji utatuzi.

3

Kushawishiwa Ugonjwa Usiokuwepo Hadi Kuugua

Je inawezekana kumpumbaza na hatimaye kumshawishi mtu asiye na ugonjwa hadi ashawishike na kuugua kabisa? Je inawezekana kujipumbaza na kujishawishi mwenyewe pasipo na ugonjwa wowote hadi kuugua kabisa? Na je inawezekana kujishawishi mwenyewe ugonjwa mdogo na hatimaye kuukuza hadi kufikia hatua ya ugonjwa sugu?

Kulingana na kanuni za hisia hasi, jibu la maswali hayo ni moja tu. Ni ndio! Uwezekano huo unawezeshwa na sifa moja muhimu toka kwa muathirika kuzalisha na kusambaza hisia hasi za woga, wasiwasi, shaka, chuki na kadhalika ambazo zinapumbaza na kuwezesha ushawishi kupenya ndani ya ufahamu na kusababisha kutokea kwa tukio halisi la ugonjwa mwilini.

Ni hisia hizo zenye uwezo mkubwa wa kupumbaza *(hypnotise)*

na kuwa kama sumaku ya kuvuta na kupenyeza ushawishi wa ugonjwa unaokuwa kama tukio halisi kwenye ufahamu wa mtu. Hatua muhimu ya mchakato huu ni pale hisia hasi baada ya kupumbaza zinapobeba mapendekezo ya mshawishi au mgonjwa mwenyewe na kuyabadilisha kuwa mawazo yanayomuongelesha na kumshawishi muhusika hadi kuukubali ugonjwa ndani ya ufahamu wake na hatimaye mwilini.

Kanuni tuliyoiona mwanzoni ya mshikamano imara usio vunjika kirahisi kati ya hisia zetu na misuguano mbalimbali ya maisha yetu, ndiyo yenye kuwezesha ushawishi kuwa tukio pacha ndani ya muathirika na hatimaye kuwa tukio halisi kama ugonjwa ulioshawishiwa mwilini. Pendekezo la aina ya ugonjwa linakuwa mawazo ya msuguano ndani ya ufahamu wa muathirika. Msuguano huo wa mawazo hatimaye unazalisha hisia hasi zinazojijenga na kuwa tukio pacha ambalo ni kimelea cha hisia *(emotional parasite)* kinachoambukiza ugonjwa halisi mwilini.

Mshawishi anatakiwa kutoa ushawishi wa pendekezo kwa mlengwa, kuwa anaonekana ana sura kama ku umwa umwa vile? Anataja na kupendekeza hata jina au dalili za maradhi. Mlengwa anaweza kufadhaika na kuzalisha wasiwasi, shaka au hisia hasi nyingine ambazo ni muhimu na za lazima sana ili kufanikisha zoezi hili. Udhaifu huu wa kuzalisha hisia hasi unakuwa ndio ufunguo wa pendekezo la ugonjwa kupenya ufahamu na kuwa wazo linalojiendeleza na kujitokeza kama dalili za ugonjwa mwilini.

Hatua ya dalili kuanza kujitokeza angalau kidogo tu, hata kama sio za dhahiri zinakuwa kichocheo kingine muhimu, kwani zenyewe zinachukua nafasi ya ushawishi na kufanya hisia na mawazo hasi kuongezeka na kusababisha dalili za ugonjwa zilizoanza kujitokeza kuimarika, kukomaa na kuwa hali halisi ya maradhi yaliyoanza kwa ushawishi tu.

Kosa au udhaifu huu wa kuzalisha hisia na mawazo hasi, ndivyo vinatufanya kuwa na uwezo wa kuokoteza magonjwa mbalimbali kwenye mazingira yetu kupitia hisia zetu. Wakati mwingine magonjwa hayo yakiitwa ya kurithi, huku ikiwa sio kweli hata kidogo kwani yameambukizwa kupitia njia ya hisia hasi za mgonjwa. Mtu mwingine anaweza kutumia ugonjwa ambao ni halisi kabisa na kuukuza toka hatua ya kuwa ugonjwa wa kawaida na kuupandisha daraja hadi kufikia kuwa ugonjwa sugu.

Bila uzalishaji wa hisia hasi dhidi ya ugonjwa uliopo au dhidi ya hali za mapendekezo mbalimbali za maradhi, muathirika hawezi kamwe kujijengea hali ya maradhi kwa mtindo huu. Kitu muhimu cha kujifunza na kuelewa ni nafasi ya hisia hasi toka kwa muathirika mwenyewe zinavyomuathiri kwa namna ambayo sio rahisi kuigundua bila elimu maalum ya hisia zake. Hisia hasi zinachukua jukumu la kupumbaza tu na kuruhusu ushawishi kufikia ufahamu. Bila upumbazaji huu unaofanywa na hisia hasi kufanyika, milango ya kuruhusu ushawishi na mapendekezo mengine haitafunguka.

Mgonjwa atakaye kuwa anazalisha hisia hasi dhidi ya ugonjwa wake huku akiwa anaendelea na tiba ya aina yeyote, hakika! Hakuna shaka ataihujumu tiba hiyo kwa kiasi kikubwa. Kwani hata kama tiba itafanya kazi yake kama ilivyokusudiwa, hisia hasi nazo kama ilivyo kanuni na sheria yake zitakuwa zinashikilia ugonjwa huo na kutomuachia mgonjwa ili kufikia hali ya kupona kikamilifu.

Nafasi na thamani ya hisia hasi kwenye afya zetu inapokuwa imeeleweka, mgonjwa atazipuuzia hisia hizi kwa namna yeyote ile kwani sasa anazielewa na kutozipa nafasi kumdhulumu afya yake. Lazima kuzishinda na kutengana nazo ili kufanya tiba iliyokusudiwa kufanya kazi yake kama ilivyotegemewa.

Kinachofanyika kwenye tafiti mbalimbali ili kuthibitisha dhana hii ya kupumbaza na hatimaye kushawishi (*post hypnotic suggestion)* ni kwa mshawishi mkuu kufanya semina elekezi na watu kama kumi hivi na kuwaeleza kwa ufasaha nia na lengo analokusudia kulifanyia utafiti. Atawaelimisha nafasi zao katika kufanikisha mchakato wa zoezi hilo la kitafiti la kupumbaza hadi kushawishi, ili kutengeneza ugonjwa halisi anaoutaka umpate mtu aliye mkusudia.

Atawapa maelekezo watu hao kumi, kila mmoja kwa nafasi yake na kuwataka wajipange njiani atakapopitia mlengwa aliyekusudiwa. Wajipange kwa umbali wa kutosha toka mshawishi mmoja hadi mwingine kuanzia karibu na nyumbani kwa mlengwa hadi kazini kwake. Kila mshawishi anapewa dalili sahihi za ugonjwa na namna ya kuzipendekeza na kumshawishi mlengwa huyo atakapokuwa anaelekea kazini kupitia njia waliyojipanga washawishi hao, asubuhi ya siku inayofuata.

Mambo ya msingi kwa washawishi wote kumi kuzingatia kila mmoja kwenye nafasi yake, ni kutoa mapendekezo ya dalili za ugonjwa kwa msisitizo na ufasaha, ili kumfanya mlengwa kupumbazika kwa kuzalisha hisia hasi za mshituko, woga, shaka au wasiwasi. Hisia ambazo ni muhimu na za lazima kabisa kwenye zoezi la kumjengea ugonjwa, mtu mzima kabisa wa afya, asiye na tatizo la ugonjwa wowote.

Mshawishi wa kwanza ambaye atakuwa karibu na nyumbani kwa mlengwa atatoa pendekezo la awali rahisi tu, lenye lengo la kujenga maandalizi ya mchakato mzima utakaofuata njia nzima hadi mlengwa atakapofika kazini kwake. Atamuuliza, mbona kwa mbali uso unaonekana umechoka kama una homa vile? Hataendelea zaidi ya hapo, kwani mshawishi wa pili ndiye atakaye endeleza pendekezo la homa hiyo na dalili nyingine mbalimbali zitatamkwa na washawishi wanaofuata kwenye kuijenga homa hiyo kama ugonjwa halisi unaokusudiwa.

Inabidi kila mshawishi apendekeze kijisehemu kidogo tu cha ugonjwa unaotarajiwa ili kutomfanya muhusika kugundua anachofanyiwa. Kwani akigundua hata kwa sehemu ndogo tu, ugunduzi au utambuzi huo utakuwa ni nguvu tosha yenye uwezo kamili wa kuharibu zoezi zima kwa kufanya mlengwa asiugue kama ilivyotarajiwa. Ieleweke kuwa kwa kawaida "utambuzi na uelewa" wa namna tatizo lilivyojitengeneza hutumika kama tiba au dawa pekee ya magonjwa na matatizo yote yanayohusu upumbazaji na ushawishi wa hisia hasi au kitu kingine chochote.

Mshawishi wa tatu na wa nne, hawata pendekeza ila watatamka rasmi kuwa muhusika ana homa. Baada ya hapo wataendelea kila mmoja kwa nafasi yake kumshawishi muhusika huyo kuwa, anaonekana kidogo kama amedhoofika na hajachangamka kama kawaida yake na pengine ni vema akapime malaria au taifodi kwani ni hakika kuna kitu ambacho sio cha kawaida kuhusu afya yake. Hadi kufikia hapo mambo mawili muhimu yatakuwa yameshapenyeza ndani ya ufahamu wa muhusika.

Aina ya ugonjwa na dalili zake za awali na pili ambavyo ni

muhimu zaidi ni kujengeka kwa kiwango sahihi cha hisia hasi cha kuweza kutengeneza tukio pacha linalofanana kikamilifu na ugonjwa ambao sasa tayari anao kwenye ufahamu wake ambao amepangiwa kuugua. Tukio pacha *(emotional parasite)* au kimelea cha hisia hasi ni tukio rasmi ndani ya mtu ambalo ni kama mbegu, lina uwezo wa kuumba tukio halisi pale mazingira ya nje yanapokuwa yamekamilika.

Washawishi wa mwishoni katika mpangilio huu, watakuwa na jukumu la kuhalalisha na kuimarisha kwa uangalifu kile kilicho kwisha fikiwa na washawishi wa awali. Kwa makini na uimara zaidi, sasa watauhalalisha ugonjwa kwa dalili sahihi na kuutaja jina kwa msisitizo na kutoa mapendekezo ya hosipitali ya kumpeleka mgonjwa. Watafanya hivi kwa msukumo wenye umakini na busara, uhakika na hata ikibidi kulazimishia ili kufikia lengo.

Mshawishi wa tisa ambaye yuko karibu kabisa na ofisini kwa mlengwa, atamsisitiza mlengwa ambaye sasa hana nguvu kabisa ya kupinga anachoelekezwa na kumfanya apande gari ili amkimbize hospitalini ambapo atapokelewa na mshawishi wa kumi ambaye ni wa mwisho. Huyu atamalizia mchakato wa zoezi kwa kujiamini kabisa na bila kusita kuzitaja tena dalili zote, jina la ugonjwa na kufanya mipango yote ya kumsindikiza kwa mganga wa zamu wa hosipitali waliyofikia.

Ili kutathmini kiwango cha mafanikio ya zoezi hilo la ushawishi wa ugonjwa, watu maalum baadhi yao wakiwa ni walewale washawishi wake, wanatumwa kumtembelea muathirika hospitalini. Anapoulizwa na bila ya kutambua lengo la maswali anayoelekezewa, huku akisikilizwa anavyosimulia tukio la ugonjwa wake. Inabainika wazi kuwa kwa kweli amepokea kwa kiwango kikubwa ushawishi wa ugonjwa kama ilivyokusudiwa na matokeo mazuri ya ushawishi yanaonekana wazi.

Anasikika akimshukuru mshawishi wa tisa na wa kumi walivyomuhakikishia kuwa ni mgonjwa na wakamkimbiza hospitalini na sasa hali yake inaendelea vizuri. Kwa matamshi hayo tu, aliyowatamkia hao washawishi wawili wa mwisho, inatosha kujua kuwa zoezi limefanikiwa kwa kiwango kizuri. Kwani amepumbaa na ameshawishika hadi kuupokea *ugonjwa ule wa kutengenezwa* bila kuutilia shaka yeyote. Kaupokea kwa mikono miwili bila kugundua kuwa tatizo lake lilipangwa kwenye kikao maalum cha washawishi kumi na kiongozi wao.

Mara nyingi matokeo kwa mlengwa mwingine hata kabla ya kufika alikokuwa anakwenda anajikuta ameugua kabisa kutokana na ushawishi wa msisitizo alioupata njiani toka kwa watu waliompumbaza kwa hisia hasi zake yeye mwenyewe na hatimaye kumshawishi ugonjwa bila yeye kujitambua. Kupumbazwa kupita hisia hasi za muhusika mwenyewe hadi kuugua kabisa, ni uwezo unaotofautiana kwa mtu mmoja hadi mwingine. Kuna ambao ni rahisi kabisa na wengine inahitajika jitihada zaidi kumfanya atii ushawishi na mapendekezo anayopewa.

Mtu aliyeamka kiufahamu, mwenye nidhamu ya kiufahamu na muadilifu, huyu ni mtu mwenye utu. Sio mwepesi kuzalisha mashaka, mshituko, woga au hisia hasi zozote pale atakapokuwa anakutana na washawishi mbalimbali kwenye maisha yake. Kwa namna hiyo inakuwa vigumu kumtengenezea ugonjwa, kumvisha na kumfanya augue. Watu wa namna hii kwenye jamii yetu ni wachache sana. Karibu kila mtu akikutana na mshawishi mtaalam kabisa, lazima ataathiriwa angalau hata kwa kiwango kidogo. Wengi wetu hatuna elimu ya kutosha, wala uwezo wa kudhibiti hisia zetu kwa namna ya kukwamisha athari zake zisitufikie kwenye maisha yetu.

Kwa kawaida hakuna ugonjwa ambao hauwezi kutengenezwa na kuvishwa mtu ambaye hana tatizo lolote la afya na akauvaa, akaubeba na kuuugua katika hali ya kawaida kabisa. Inategemeana tu na ujuzi wa mtaalam na thamani ya ukomavu wa kiufahamu wa mlengwa mwenyewe. Ukomavu huu ambao ndio utu wa mtu mwenyewe ndio utakaoamua ni kiasi gani cha hisia hasi kitakachozalishwa au kutozalishwa, hivyo kuwa au kutokuwa na kinga ya shambulio.

Ugonjwa halisi katika hali ya kawaida hutibika kwa dawa na matibabu ya kawaida. Lakini sehemu ya ugonjwa ambayo imechangiwa kwa ushawishi wa hisia na fikra hasi hautibiki kwa dawa na matibabu ya kawaida. Kwani ugonjwa huo ni kweli upo lakini sio hakika au tuseme "sio halisi" ni ugonjwa pacha unaowezeshwa kujijenga kutokana na pacha wa ugonjwa huo aliyeko kwenye ngazi ya hisia hasi ndani ya ufahamu wa mgonjwa.

Kuukabili ugonjwa huu kwa dawa ya aina yeyote, itakuwa sio sahihi kabisa. Ni kupotoka kwa muathirika kuendelea kujichochea madawa mbalimbali kama vile anatibu ugonjwa halisi. Ugonjwa uliopandikizwa kwa ushawishi wa hisia au fikra hasi, hutibiwa kwa kuzielewa na kuzidhibiti hisia hasi na vyanzo vyake na si kwa njia nyingine yeyote ile. Ni lazima kuuelewa mzunguko mzima wa mfumo wa hisia hasi katika kujenga matukio hasi na magonjwa mbalimbali ili kuweza kuukwamisha mzunguko huo usitokee. Ni utambuzi wa ukweli dhidi ya mzunguko wote wa hisia hasi unaokuwa msingi wa tiba ya magonjwa yanayotokana nao.

Kama ikitokea ugonjwa unaotokana na ushawishi wa aina yeyote ukaponwa kwa dawa na matibabu ya kawaida, itakuwa ni kwa sababu matibabu na dawa vilichukua nafasi ya kumsaidia mgonjwa kuondoa au kupunguza woga, wasiwasi, shaka na hisia hasi zozote zilizokuwa zimetumika kupandikizia maradhi hayo. Isije kuchukuliwa kuwa ni thamani ya nguvu halisi ya viambata vya dawa iliyoponya ugonjwa. Kwani katika hali kama hii, chochote kinachoweza kuzidhibiti na kuzishinda hisia hasi kinaweza kusababisha tiba kukamilika na mgonjwa kupona kabisa.

Kwa kificho kabisa muathirika atakuwa amefanikiwa kuzitumia dawa kumuwezesha kuondokana na woga, wasiwasi, shaka na hisia hasi nyingine zilizokuwa ni sehemu muhimu ya kushikilia ugonjwa wake. Hapa dawa hazikutumika katika uhalisi wake bali zimetumika kama kiondoa hisia hasi za mgonjwa. Dawa zinapotumika kwa namna hii, inatulazimu kuhoji na kuuliza, je hivi ni kweli hayo ni matumizi sahihi ya dawa? Dawa hutengenezwa kwa ajili ya kuganga hisia hasi za wagonjwa? Kama ni hivyo, nini itakuwa nafasi ya utu wa mtu katika kuzishinda hisia hasi?

Ukweli unaotukabili hapa ni kujadili namna sahihi ya kukabili hisia zetu ili kutengeneza kinga dhidi ya upumbazaji na ushawishi kwa magonjwa na kuwezesha afya na tiba mbalimbali kufikia kilele chake. Ni makosa, kupotoka na kudhalilisha utu wa mtu kwa kujaribu kutumia dawa ya aina yeyote kwa kujua au kutojua ili kukabili matatizo au magonjwa yaliyoasilishwa kwa namna moja ua nyingine na hisia zetu.

Ili kuzikabili hisia hasi na kuzidhibiti kwa njia sahihi. Kwanza, lazima kuelimika na kuelewa ukweli wote wa tabia za hisia hasi kwenye mchango wa kuharibu afya na maisha yetu.

Pili, kuuachia uelewa huo jukumu lote la kuzikabili na kuzishinda hisia hasi kwenye misuguano ya kila siku ya maisha yetu. Uelewa kamili; unauwezo na mamlaka yote ya kuzishinda hisia hasi katika hali yeyote. Mtu mwenyewe bila uelewa wa dhati wa hisia hasi, hana nguvu wala mamlaka ya kuweza kuzikabili na kuzishinda hisia hasi. Ni uelewa unaotokana na elimu maalum ya ukweli wa hisia hizi unaokuwa na mamlaka ya kutuwezesha kutokuzalisha na kusambaza hisia hasi kwenye mazingira yetu.

Kwa kutumia ufahamu wako wenye uelewa wa hisia hasi *(emotional intelligence)* jaribu kujenga utambuzi dhidi ya hisia hasi kwa zoezi lifuatalo. Kwa utulivu kabisa, tumia ufahamu wako na tambua uwepo wa hisia zote za woga, hasira, shaka, chuki, wasiwasi na hisia hasi nyingine mbalimbali kila zinapojitokeza. Fanya hivyo tena na tena, kutambua uwepo wake na kuzifuatilia kiufahamu hadi zimetokomea. Jambo la kufanya ni moja tu; unatakiwa kwa utulivu, kutambua uwepo wake na kuzifuatilia kiufahamu tu, hadi zinapotokomea kabisa.

Kiufahamu jifunze kuzifuatilia hisia hasi, tena na tena hadi utambue zina ujumbe gani kwako, fanya hivyo tangu zinapojitokeza hadi zinapotokomea. Yaani kwa makusudi kabisa tumia ufahamu wako ambao unaelewa ukweli wote wa hisia hasi na bila kuzikwepa kwa namna yeyote ile, zitambue kwa taratibu na utulivu hisia hizo kila zinapojitokeza hadi zinapotokomea. Jifunze na jaribu kufanya hivyo mara kwa mara hadi hiyo iwe ni tabia yako ya kudumu.

Kwa ufahamu uliopevuka kuhusu hisia hasi, fahamu na tambua tu kuwa hisia hasi zipo na endelea kufanya hivyo, zifuatilie kiufahamu tena na tena. Hatimaye utagundua kuwa hisia hasi zinapo tambuliwa na kufuatiliwa kwa utulivu, kwa kutumia ufahamu ulioerevuka dhidi ya hisia hasi, zina momonyoka kabisa au ufahamu na utambuzi wako unazikwamisha kuweza kusababisha magonjwa na matukio hasi kwenye maisha yako. Ni kama mhalifu yeyote aliyekuwa amejificha kwa siri kabisa anapotambuliwa, kueleweka na kufuatiliwa, uhalifu wake kwa namna fulani unakuwa umekwamishwa tofauti na kama hakuwa ametambuliwa.

Ndio maana katika lile zoezi la kumpumbaza na kumshawishi mlengwa hadi kuugua ugonjwa wa kupangwa, ilikuwa ni lazima kabisa kwa wale washawishi kumi kuwa makini kutokutoa nafasi kwa mlengwa wao kufahamu, kutambua na kuelewa kilichokuwa kinafanyika. Kwani ni kweli kuwa ikitokea akapata utambuzi, uelewa na ufahamu huo hataweza kuzalisha hisia hasi zinazokuwa za lazima kabisa ili kumpumbaza na kuwezesha ushawishi kufanyika.

Kumuachia mlengwa kufahamu siri ya zoezi zima inakuwa ndio dawa na tiba ya ugonjwa ambao utapatikana. Tusisitize kuwa dawa na tiba ya maradhi yanayopatikana kwa njia hizi kwenye maisha yetu ni kumjengea muathirika ufahamu, utambuzi na uelewa wa ukweli wa kina wa chimbuko la tatizo lake ambalo ni udhaifu wa kuzalisha hisia hasi. Hapa tuone na kusisitiza ulazima wa ufahamu uliotambua madhara halisi ya hisia hasi *(emotional intelligence)* unavyochukua nafasi ya tiba au utatuzi wa tatizo linalotokana na hisia hasi.

Kudhihirisha kinga na tiba inavyoweza kufikiwa kwenye magonjwa yanayotokana na uzalishaji wa hisia hasi kwenye maisha ya kila siku, zoezi la awali linaweza kubadilishwa na kuwa hivi. Watu kumi watatakiwa kuendelea kujipanga barabarani kwa siku nzima na kuongezwa walengwa wengine wawili. Mlengwa wa kwanza atapita asubuhi, wa pili mchana na wa tatu atapita njia waliyojipanga watu hao kumi jioni. Walengwa wote watatu watajengewa hisia hasi na kushawishiwa ugonjwa. Kitu cha ziada kitafanyika kwa mlengwa wa tatu, kwa siri yeye atafahamishwa ukweli na matukio atakayokutana nayo njiani, hivyo atakuwa na utambuzi.

Matokeo ni kuwa walengwa wawili waliathirika kama ilivyotarajiwa, isipokuwa aliyekuwa na utambuzi. Baadae waathirika wawili walielezwa kwa kina ukweli wa zoezi lile, walionyeshwa picha za video jinsi zoezi lilivyoandaliwa na kila mmoja wao alivyokutana na watu kumi njiani na mahojiano yalivyoendelea. Mmoja wao ghafla ukweli ule ulimjengea utambuzi, kwa furaha akazinduka na kupona, dalili zote za ugonjwa zikatoweka. Mlengwa aliyebaki licha ya ushahidi wote alipinga na kukataa kuwa uzalishaji wa hisia hasi na ushawishi haviwezi kuwa chanzo cha ugonjwa wake. Matokeo yake hakutibika kirahisi kwa dawa yeyote na ugonjwa wake kuwa sugu.

Jambo la kujifunza hapa ni kuwa taarifa za mapema kuwa hisia hasi zitatumika kumdhuru muhusika, humjengea utambuzi unaokuwa kinga ya kiufahamu na udhibiti wa kutozaliwa kwa hisia hasi na hivyo kujenga kinga ya magonjwa. Uwezo wa kudhibiti hisia hasi unaotokana na ufahamu, uelewa na uzingatiaji wa madhara yake kutokana na taarifa za mapema, hujulikana kama kuwa na UTAMBUZI WA HISIA HASI *(emotional intelligence)* au AFYA YA UTU. Lengo la kitabu hiki ni kukujengea utambuzi wa hisia hasi kwa kukupa taarifa za mapema kuwa hisia hasi za maisha yako zitakudhuru, ili utambuzi huo ukujengee kinga ya magonjwa. Na ni wazi kuwa utambuzi huo huo ukijengwa kwa muathirika ambaye ni mgonjwa, huwa ni tiba.

Kanuni au dhana hii ya watu kumi, haishii tu kuwa dhana ya kitafiti kwa watu waliojipanga barabarani. Ukweli ni kuwa hatua hizi kumi zinaweza kujipanga zenyewe kwenye maisha yetu na kuleta madhara kiafya. Watu kumi inaweza kuwa familia yako, ugonjwa, jirani, wewe mwenyewe, washawishi, mazingira magumu, mtu mkatili au misuguano mbalimbali kwenye maisha yako inayohitaji wewe kuzishinda hisia hasi kwa utambuzi wa hisia hasi.

4

Upendo Wa Kuchukiana

Mahusiano ya watu wawili yanaanzia popote na misuguano ya kimahusiano nayo haina kanuni, wala mipaka inaweza kuanzia kwenye hali yeyote ile. Misuguano inaweza kuanzia kwa kijana wa kike; Asha kupata usumbufu na mashaka moyoni kuhusu mienendo ya rafiki yake wa kiume; Adam. Usumbufu wa hisia na fikra, unampelekea kijana wa kike kuanza kujenga hisia hasi dhidi ya rafiki yake. Inawezekana Adam akawa na mapungufu fulani au inawezakana tu, ikawa ni mtizamo wa rafiki yake Asha usio sahihi.

Iwe kwa sababu zozote, kama Asha atakuwa anajenga hisia za shaka, wasiwasi na hofu dhidi ya mwenzake na ikatokea wote wakawa kwenye mapungufu ya ufahamu wa kuwawezesha kuona, kutambua au kugundua ukweli wa matokeo ya hisia hizo mapema, udhaifu huo unaweza kupelekea kanuni ya hisia zao kujenga na kushikilia tatizo au vyanzo vya msuguano hadi kuchangia kuathiri kabisa mahusiano yao.

Hata kama tukio linakuwa halina uthibitisho, bado linauwezo wa kuchochea na kuzalisha hisia hasi kwa muhusika. Jambo ambalo kiukweli ni la kizembe tu kwani kama tunavyojua hisia zetu hazitachelea katika kujiwakilisha na kukamilisha kanuni zake potofu. Hisia za shaka, wasiwasi, hofu nakadhalika zina uwezo wa kuumba kile ambacho kilikuwa sio kweli lakini kinahisiwa tu na ambacho hakikuwa na uthibitisho wowote na kukifanya kikawa tukio halisi. Hapa umakini, utambuzi, uelewa na kuerevuka kungetakiwa ili kutozipa hisia hizi fursa ya kuchezea na kuharibu mahusiano ya vijana hawa.

Ikiwa ni kweli Adam alikuwa sio muaminifu, jambo hili litamjengea Asha maumivu, kuchukia, hofu na hasira dhidi ya rafiki yake huyo pale atakapo lidhihirisha. Itakuwa ni faraja kama Asha atagundua kuwa alichokuwa amedhania hakikuwa ni kweli. Ingawa hapa bado kuna weza kuwa na tatizo, inawezekana kabisa tayari Asha atakuwa amebeba tukio pacha la hisia hasi kwa kile alichokuwa amekidhania huku kikiwa sio kweli. Ili Asha asibebe au kushinda tukio pacha moyoni mwake, itategemea sana uwezo wa ufahamu na uelewa wake ili kujiachamanisha na hisia za tukio ambazo tayari zilishaanza kujijenga ndani yake.

Jambo la kushangaza linaweza kutokea ikiwa ni kukamilisha kanuni za hisia hasi alizozalisha Asha na kushindwa kuziachia baada ya kugundua mapungufu ya Adam. Kwa kuwa hisia hasi hujenga uhusiano usiovunjika kirahisi na chanzo chake, ambacho mara nyingi ni tatizo au tukio hasi kimaisha na kiutu. Hisia hasi alizozalisha Asha zinaweza kumshikilia na kumfanya kuwa karibu sana na Adam akiwa katika hali yake ileile ya kutokuwa mwaminifu. Kwani kukosa uaminifu ndiko kulikochochea hisia hasi toka kwa Asha, na kile kinachochochea hisia hasi ndicho kinakuwa mbegu ya kuzaliana na kumuandama muhusika bila kuwa na uwezo wa kujitenga nacho.

Kwa hiyo basi, Asha anaweza kushindwa kujieleza kwa nini anaendelea kuwa na uhusiano wa karibu na rafiki yake Adam, ambaye kiukweli ni kero na bughudha kwake. Pamoja na kero, maumivu, bughudha na kuchukia hali hizo Asha atajikuta akiambatana na kushikamana naye hivyo hivyo bila kujitambua *(battered woman syndrome)*. Inawezekana hali hii ikamchanganya na kumzidishia kujichukia na kujitilia mashaka kwa anachokifanya. Hasa ikiwa hata marafiki zake watakuwa wanamuonya na kumshangaa wazi wazi. Pamoja na misukumo ya marafiki, kuchanganyikiwa na hisia anazozidi kuzizalisha bado hataweza kujitawala, atajikuta akiendelea kuwa na mahusiano ya karibu na kujishikamanisha na Adam.

Ukweli ni kuwa mshikamano huo sio ishara ya upendo wa kweli ndani ya mioyo yao, huo ni upendo unaotokana na kuchukiana, kuogopana, kutiliana mashaka na kutoaminiana kwao. Sheria ya msingi ya hisia hasi ni kutujengea mahusiano imara na matatizo na misuguano mbalimbali ya maisha yetu. Sheria kama sheria haina akili wala werevu, inachofanya ni kuunganisha vyanzo viwili na kuvifanya kuambatana pamoja na kutokutengana kirahisi.

Mara hii, sheria hiyo imefanikiwa kuunganisha mtu asiye muaminifu kimahusiano na yule aliye muaminifu lakini mwenye kasoro ya kuwa mzalishaji mzuri wa hisia hasi. Sasa mahusiano hayo yaliyojengeka katika msingi usio wa ukweli na upendo halisi, yanatokea kudumu na kwa mtizamo wa nje au wa juu juu tu, kuonekana kama ya watu wawili wanaopendana kikamilifu na kwa dhati kabisa, kwani wanaambatana pamoja na kutotengana.

Marafiki hawa kwa pamoja au kila mmoja kwa jitihada zake, kwa siri wanaweza kujaribu kutengeneza mahusiano yao lakini wanaweza kufanikiwa kwa kiasi kidogo au kiasi chote lakini muda si mrefu wanaweza kujikuta kwenye hali ileile ya misuguano na kosa lilelile kurudiwa. Hii ni kwa sababu Asha ana hisia hasi moyoni kama tukio pacha, zenye kuhitaji tukio halisi la msuguano wa mwanzo kujirudia. Ni hisia hasi kama tukio pacha anazoshikilia Asha dhidi ya Adam ndizo zinazowafungamanisha na kuwa pamoja, huku zikiimarisha na kudumisha udhaifu wa Adam. Nani bado haoni namna ya kufikia utatuzi wa mvutano kwenye mahusiano haya?

Hata kama ingetokea Adam akajikwamua na kuachana kabisa na tabia yake hiyo ya kutokuwa mwaminifu, lakini Asha bado akawa amebeba hisia hasi moyoni kama tukio pacha dhidi ya udhaifu wa rafiki yake. Bado kile kilichobebwa moyoni kwa Asha, kama tukio pacha kina uwezo kamili wa kuimarisha mshikamano wao na kumfanya Adam ashindwe kubadilika na kuwa kwenye mahusiano ya kweli kimaadili. Kwani hali aliyoibeba Asha ambayo ameshindwa kujiachamanisha nayo au kuisamehe kwa dhati hadi kuishinda kabisa, hali hiyo inaweza kumsukuma Asha kumkera Adam kwa namna ambayo Adam atajikuta kukereka na kushawishika kuendelea kutokuwa muaminifu.

Kama kawaida, msingi wa utatuzi wa tatizo lolote. Kanuni kuu ni moja tu, kabili kasoro, udhaifu au tatizo lolote bila ya kuzalisha hata tone moja la hisia hasi. Hii ni kwa sababu sasa unautambuzi wa kutosha kugundua kuwa hisia hasi zinakusaliti kwa namna ya kificho kabisa. Kwa tatizo linaloonekana kwenye mahusiano haya ni wazi kuwa uelewa, kuerevuka na kujitambua kungewawezesha Asha na Adam kugundua thamani ya msamaha wa kweli kati yao katika kushinda tukio pacha. Misukumo mingine ya hisia hasi ingedhibitiwa kwa kujenga utambuzi wao dhidi ya hisia hasi kila zinapojitokeza.

Kitu cha kufanya kila unapojikuta umezalisha, hasira, chuki, woga, shaka au hisia hasi nyingine ni hiki; kwa utulivu tambua uwepo wake tu, hiyo inatosha kabisa. Baada ya utambuzi huo zifuatilie kiufahamu kwa kuendelea kutambua uwepo wake tu, usizikwepe endelea kuzitambua tena na tena na kuzifuatilia hadi zipotee. Hapa unatumia ufahamu wako ulioerevuka juu ya ukweli wa hisia hasi na kuzifuatilia kiufahamu hadi zimemomonyoka kabisa na kukuachia uhuru mkubwa moyoni.

Ufahamu ulioerevuka dhidi ya hisia yaani *(emotional intelligence),* una uwezo wa kutambua na kufuatilia hisia hasi kila zinapojaribu kujijenga ili kufanya upotoshaji. Tumia ufahamu huo kuzifahamu, kuzitambua na kuzifuatilia hisia hasi kila zinapojitokeza, fanya hivyo tena na tena hadi zitokomee kabisa. Bila hisia hasi udhaifu wa Adam hautaendelea kukomaa, pia Asha atakuwa kwenye nafasi nzuri ya kutambua na kuona hatua sahihi za kuchukua, zenye matokeo ya mafanikio dhidi ya tatizo linalomkabili.

Si vijana wote wa kike wenye kujikuta waki kasirika na kuchemka mfululizo kwa uzalishaji wa hisia hasi dhidi ya marafiki zao wa kiume. Hii mara nyingi inakuwa na mshindo mkubwa zaidi kwa wale wenye moyo wa nidhamu na maadili mema kwani wao ndio wanaoumia zaidi na kuruhusu kuzalisha hisia hasi kama namna ya kupinga kosa wanalofanyiwa bila ya utambuzi wa madhara ya hisia zao. Jambo la faraja ni kuwa watu kama hawa ni wepesi kuelewa na kuamka kiutambuzi wanapozinduliwa kwa ukweli kuhusu hisia hasi na mahusiano yao.

Kimsingi kinachotakiwa hapa ni kwa Adam na Asha kuelimika na kutambua madhara ya hisia hasi na kuepukana na michezo yake. Utambuzi na werevu huo hatimaye uwape maamuzi thabiti ya kiutu na kuwa wakweli kwenye mahusiano yao. Lazima kujenga dhana ya utu na maadili yake kwenye mahusiano yao. Dhana ya utu ikiwa na maana ya kutozalisha hisia hasi kwenye kujenga mahusiano, hali ambayo matokeo yake yatapelekea familia imara, yenye afya na mafanikio.

Kama dhana ya utu na maadili sahihi ya kuzishinda hisia hasi haitafanikiwa kuingilia mahusiano hayo, bado mahusiano yanaweza kuendelea kuwepo na yatashikiliwa sio na thamani ya utu au upendo bali kwa mshikamano uliojengwa na hisia hasi ambazo uimara wake hauvunjiki kirahisi. Hii ina maana gani, ingawa hawa watakuwa na mizozo na misuguano isiyomalizika, lakini wanaweza kabisa kushindwa kutengana. Hata ikitokea wakatengana watajikuta huko watakapokwenda wakijenga mahusiano mengine yenye dalili zote walizokwisha ziishi kwenye mahusiano yaliyopita, kwani watakuwa wamebeba ndani ya mioyo yao mbegu ya matukio pacha yanayohitaji watu wa kuyakamilishia uwepo wake kama matukio halisi ya maisha.

Adam na Asha wanaweza kufikia hatua ya kuoana na

kuendeleza kile walichokibeba na kinacho waunganisha, ambacho ni matumizi ya hisia hasi kwenye mahusiano yao. Hali kama hii italazimu mara kwa mara tatizo la kukosekana kwa uaminifu kujitokeza ili kupatikane hisia hasi za kuwafanya waendeleze mahusiano yao yaliyojengwa na kushikiliwa na tatizo lililokomaa mioyoni mwao kama hisia hasi. Hapa haitashangaza kwa nini makabila mengine wanawake wanahitaji kudhalilishwa kwa kupigwa na waume zao kwa kiwango cha kuzalisha maumivu yanayo ambatana na hisia hasi za kutosha kushikilia, kujenga na kurutubisha ndoa zao.

Kuna aina fulani ya watu wanaweza kuitekeleza kanuni hii hadi kufikia kiwango cha kuumizana kwa kiasi kikubwa lakini bado wakawa hawatengani. Kinacho washikilia sio upendo halisi, ni hisia hasi za kuchukiana, kukasirikiana hadi kujenga mshikamano imara usio vunjika kirahisi. Hapa kanuni itafuata mkondo wake na itawalazimisha kuishi pamoja hata kama watakuwa kwenye mateso makubwa. Katika mahusiano kama haya kuna nyakati yanakuwa na muonekano kama wa kuwa na upendo wa kweli kabisa. Lakini hicho ni kiini macho tu, hali hiyo sio kweli kwani mioyoni mwao wana viwango vikubwa vya hisia hasi.

Kwa upande mwingine, usugu wa hisia hasi zinazoendana na misuguano hiyo ya wazazi, mara nyingi imeripotiwa kuchangia kwa kiasi kikubwa kuwezesha saratani kwa kina Mama kutokea. Pamoja na visababishi vingine mbalimbali ni vema kutilia maanani misuguano sugu ya kiuzazi inayochochea uzalishaji wa hisia hasi, kwenye swala zima la kinga na matibabu ya saratani ya mfumo wa uzazi kwa kina Mama.

Kidonda kinachoonekana kwenye mwili wa Mama, inawezekana kikawa kimeanzia kwenye ufahamu wa moyoni kwake, kama maumivu ya hisia hasi za misuguano ya kiuzazi na mwezake wa kiume au hali zinazokaribiana kufanana na hizo. Kwa hiyo kama kawaida, ili kufikia tiba ya kina ya tatizo hili, Mama ashughulikie machungu, mahangaiko na hisia hasi zote zilizoko moyoni kwake kama afya ya utu. Baada ya hapo ndipo akabiliane na kidonda kwenye mfumo wake wa uzazi kwa njia zilizo zoeleka kwenye mahosipitali mbalimbali. Lazima kuwa na tiba kwenye ngazi mbili, tiba ya utu na tiba ya ugonjwa halisi mwilini.

5

Kiu Ya Hisia Hasi

Tumeona kanuni ya hisia hasi ilivyo na uwezo imara wa kutushikamanisha na matatizo au misuguano mbalimbali kwenye maisha yetu. Tuifuatie kanuni hii tuone inavyotumiwa na watawala wapinga utu na maadili yake yote. Watawala walioasi utu bila shaka hawa watakuwa watu wakatili, wanyanyasaji na wajeuri kabisa. Viongozi wasio na utu hutumia madaraka yao vibaya kwa ukatili, ujeuri, ubinafsi, uonevu na kukiuka misingi yote ya haki na maadili ya binadamu.

Kwa kuwepo kwao madarakani ina maana wamepata fursa ya kuongoza jamii iliyo mbele yao. Wataiongoza kwa sera na vitendo vya kikatili, kijeuri na vinavyopinga utu na maadili yake. Tunategemea nini toka kwa kundi la wanajamii wanaotawaliwa na viongozi kama hawa? Jibu ni rahisi, kundi la wananchi watawaliwa litazalisha hisia hasi za kiwango kikubwa na kwa muda wote dhidi ya viongozi hawa dhalimu. Hii ni kwa sababu ni kweli kuwa hakuna mwanadamu mwenye kupenda kukosewa heshima, kunyanyaswa, kuonewa au kudharauliwa.

Hisia hasi zilizo zalishwa toka kwenye jamii inayoongozwa na viongozi hao, nazo zitaeleleza na kudhihirisha kanuni zake. Zitawashikamanisha wanajamii hao kwa mshikamano imara usiovunjika kirahisi kati yao na viongozi wao ambao ndio waliozichochea hisia hizo. Baadhi au wanajamii hao wote, bila kujielewa au kujitambua watajenga ukaribu na mshikamano imara kabisa na uongozi unaowatesa na kuwadhalilisha.

Jamii hiyo itajikuta kwenye nidhamu ya utii wa woga, nidhamu ambayo itakazia mshikamano huu dhalimu kati ya watawala na watawaliwa. Uongozi kwa siri unaweza kuandaa mateso makali kwa mtu au kikundi cha watu wanaowapinga na kisha kuwaachia watu hao hadharani, makovu yao yaonekane kwenye jamii walivyoteswa na kuumizwa. Watesaji wanaweza hata kufikia hatua ya kuondoa viungo vya mwili kwa maumivu makali na kuwaachia waathirika kugundulika wakiwa na majeraha ya maumivu ya kutisha hali itakayochochea hisia hasi ya kiwango kikubwa kwa jamii nzima dhidi ya watawala. Hapa hisia hasi zinatumiwa kama chombo cha kujengea, kustawisha, kurutubisha na kuimarisha utawala wao kimabavu.

Jamii iliyokomaa kwenye ufahamu wa utu haiwezi kuwa katika nafasi ya kufanyiwa mchezo kama huu. Jamii kama hiyo imeamka, inajielewa na kujitambua na zaidi imeerevuka na kuelimika kikamilifu juu ya hisia hasi na dhana nzima ya utu. Hii ni kwa sababu ufahamu unaojenga utu, una uwezo wa kibinadamu wa kutozalisha hisia hasi ya aina yeyote ile kwa namna yeyote ile dhidi ya adui au tatizo. Matokeo yake ni mtu huyo kubakia jasiri na mwenye uwezo ya kujitetea kwa uhodari, ushupavu, heshima, uadilifu na kufikia ushindi na ukombozi usioijua kabisa hisia hasi katika ustawi na maendeleo ya jamii.

Jamii nyingi hazina ukomavu huu wa kiutu, hivyo viongozi wake wengi huishi na kutawala kwa kutegemea hisia hasi za wananchi wanaowatawala. Ni jamii chache zilizostaarabika zenye ujasiri na uhodari wa kiutu. Ujasiri wenye uwezo wa kuzishinda hisia hasi zinazochochewa kwa mateso na ukatili mkubwa toka kwa watawala dhalimu. Kwa hiyo viongozi hao ambao wamedhamiria kuongoza kikatili kwa kuzichochea hisia hasi za jamii yao, wanakuwa wamepata fursa ya bure kuwa madarakani kwa kuwa tu jamii wanayoitawala haijaamka kiufahamu, hivyo kuendelea kuzalisha hisia hasi zinazotumika kuwaimarisha watawala hawa dhalimu walioko madarakani.

Viongozi hao wanaweza wasiwe na ufahamu au uelewa wa kanuni inayowapa nguvu ya kutawala kama ilivyoongelewa hapa. Lakini kwa namna yeyote ile itawalazimu kuendelea kuchochea uzalishaji na uvunaji wa hisia hasi toka kwa watu wanao watawala, hasa kwa kuwatisha na kuwadhalilisha kwa njia mbalimbali wale wanaopinga utawala wao. Kwani kwa kufanya hivyo watajisikia kuongezekewa na nguvu ya kidhalimu inayowapa mamlaka katika kutawala. Hali hii ndiyo inayozaa na kuwakomaza madikteta, mafisadi na wanyanyasaji wa aina zote kote ulimwenguni.

Mara zote kuna mchango wa udhaifu unaozalisha hisia

hasi za woga, shaka na wasiwasi wa kinyonge toka kwa wale wanaotawaliwa. Hisia ambazo zinawasaliti kwa kuwafungamanisha na watawala wao kwa namna ya kushindwa kabisa kutambua jinsi ya kujinasua toka kwenye utawala wao. Kwani ni lazima kabisa mahusiano hayo yawe ni kwa mdhalilishwaji kuwa anazalisha woga, shaka, wasiwasi na hatimaye hasira, chuki na hisia hasi nyingine dhidi ya mtawala wake. Ndio maana ni kweli kuwa madikteta na mafisadi wote ulimwenguni wenyewe hawana uwezo wa kutawala kikatili au kinyume na utu bila msaada toka kwa watawaliwa wanyonge kuchangia hisia hasi za kutosha.

Mara nyingi wanajamii watawaliwa hawana utambuzi wa kina wa mchango wao wenyewe kwa udhalimu wanaotendewa. Kama kawaida kwa kutokuelimika dhidi ya elimu ya hisia zao watajiona hawana bahati au wana bahati mbaya kuwa na viongozi kama walioko madarakani. Hata hivyo kwa vyovyote vile, wawe na utambuzi wa ukweli au wasiwe nao, siri ya uharibifu ndani ya hisia zao wenyewe iko pale pale, itakuwa inawatafuna kwa kuwakabidhisha kinyonge mbele ya maadui viongozi dhalimu wanao watawala.

Hisia hasi toka kwa wananchi watawaliwa hujenga mshikamano imara na chanzo cha tatizo au msuguano. Mara hii tatizo likiwa ni kundi la viongozi wasio na utu. Mshikamano huu usiovunjika kirahisi hufanana kabisa na ule ambao unajenga mahusiano na ukaribu wa wana ndoa wanaochukiana hadi kuonekana kama wanapendana. Kama ilivyo kwa wana ndoa wa aina hii kupotoka hadi kufikiri wanapendana, pia wanajamii wa aina hii wanaweza kujihisi wanawapenda sana viongozi wao. Hii sio kweli hata kidogo, kwani ni kwa nguvu hasi ya woga, shaka, vinyongo na hisia hasi mbalimbali zinazojenga na kushikilia mahusiano hayo hasi.

Inaweza kutokea jamii fulani ikaonewa na kudhalilishwa mno na viongozi wakatili na mafisadi wasioijali kabisa. Lakini kwa namna ya ajabu na ya kushangaza jamii hiyo ikajikuta kwenye unyonge na kukosa kabisa nguvu ya kujitetea huku ikiwaabudu, kuwatumikia na kuwapenda viongozi hao. Na kwa udhaifu huu, ikawa ndio wametoa fursa ya kuwaruhusu viongozi hao kuendelea kuwepo na kudumu madarakani. Mahusiano kama haya yanaweza kutokea kwenye familia, sehemu za kazi au kwenye mikusanyiko mingine mbalimbali ya kijamii na hatimaye kwenye ngazi ya Taifa.

Ufumbuzi wa tatizo hili si mgumu kama uelewa wa dhana nzima ya hisia hasi umesha eleweka. Kuerevuka dhidi ya hisia zetu kunatupa utambuzi kuwa hakuna uwezekano fisadi, dikteta, gaidi, mpinga utu au mkandamizaji yeyote anayeweza kuondolewa madarakani kwa kutumia nguvu ya hisia hasi toka kwa waathirika. Ni ujinga usio na kifani kutumia woga na shaka au unyonge wa hisia hasi nyingine kama silaha ya mapambano. Hii ni kwa sababu ni nguvu hiyo hiyo ya hisia hasi toka kwa waathirika, iliyo kiu ya watawala kwani ndiyo inayowajengea mamlaka ya kutawala. Ni lazima kutumia nguvu ya ufahamu wa utu inayojenga uhodari, ujasiri na ushupavu usiojua hisia hasi ya aina yeyote ili kufikia ufumbuzi kamili wa tatizo hili. Ufahamu wa utu ni msukumo wa kijasiri, uimara na uthubutu wa kujiamini wenye nguvu na mamlaka toka ndani ya mtu, usio na hisia hasi ya aina yeyote.

Mamlaka ya kuwashinda viongozi dhalimu yanatokana na msukumo imara wa utu. Ni nguvu ya utu wa mtu na wala sio nguvu ya watu inayohitajika hapa. Kwani si kila mtu ana uwezo wa kutumia utu usio beba hisia hasi. Msukumo wa utu hautokani na hisia hasi za aina yeyote ile. Mamlaka ya kuwashinda viongozi dhalimu, ni ufahamu wa ujasiri na ushujaa, kwani hauujui woga wala shaka yeyote. Ni ufahamu wa msukumo wa upendo wa kujitetea na kujilinda, kwani hauijui chuki ya aina yeyote. Ni ufahamu wa nidhamu ya kujiamini, kujiheshimu, kutetea haki na maslahi ya watu na utu wao, kwa dhati ya moyo isiyokuwa na hasira wala kinyongo na hisia hasi ya aina yeyote.

Hii ina maana gani? Lazima kukabiliana kwa heshima, nidhamu na ujasiri, bila woga, shaka, hasira na unyonge wa hisia hasi za aina yeyote ile. Lazima kudai haki yako ya kuheshimiwa kama mtu mwenye utu, kwa mamlaka yenye nguvu ya nidhamu iliyosheheni upendo usio ijua chuki na unyonge mwingine wa aina yeyote ile. Lazima kupinga ukandamizwaji au udhalilishwaji wa aina yeyote kwa nguvu zote na kwa dhati kabisa lakini bila hisia hasi yeyote.

Inapaswa kujitofautisha na fisadi na wadhalimu wengine wote wenye kiu isiyo na kikomo ya nguvu haramu ya hisia hasi, kwa kutokuitumia nguvu inayomjenga na kumrutubisha yeye. Jitetee, pinga kwa kutumia kauli, fikra na matendo yenye ujasiri, uhodari, nguvu, ushujaa na uimara kamili, lakini bila hisia hasi hata kidogo. Huu ndio msingi wa ushindi na mafanikio mbele ya viongozi au kundi lolote dhalimu katika ngazi yeyote kwenye jamii.

Hata fisadi au mdhalimu yeyote ni mtu. Lakini hana utu tu! Haendeshwi na ufahamu uliotakata. Ni mchafu, kachafuliwa na hisia hasi ambazo pia zinamrutubishia shughuli zake zote.

Ukweli ni kuwa mdhalimu yeyote anaendeshwa na uchafu ambao ni hisia hasi na kiu ya hisia hizo isiyomalizika wakati wote wa maisha yake. Ni vema pia kutambua kuwa mdhalimu huyu, hataweza kuishi, atakufa bila kulishwa hisia hizo toka kundi la wananchi wasiojitambua, wanyoge na fukara anao wafanyia ukatili, unyanyasaji, ujeuri, dhuluma na mbinu nyingine mbalimbali zilizo kinyume na ustaarabu na haki za binadamu kwa lengo la kuvuna nguvu haramu ya hisia hasi.

Kusitiri maisha yake, amelazimika kutengeneza mfumo imara wa kuzivuna na kuzifyonza hisia hasi toka kwa wanyonge na hohehahe anao watawala. Kwa kifupi fisadi na mdhalimu huyu ana kiu isiyokoma ya hisia hasi, ameusaliti utu wake na wale wote anao watawala kwa kutumia hisia hasi za wanyonge hao kujengea himaya yake. Nguvu sahihi ya kujenga jamii bora yenye haki na mafanikio si nguvu ya kila mtu, bali ni nguvu ya kila utu wa mtu kwenye jamii. Ni nguvu ya umma ya utu iliyosheheni ujasiri, ushujaa, uhodari na ukakamavu wa nidhamu ya upendo, haki na kuheshimiana, hali zisizojengwa na hisia hasi ya aina yeyote. Nguvu hii ya umma ndiyo nyenzo pekee ya mafanikio kwa mapinduzi ya ubora wa maisha na kupelekea afya na ustawi wa maendeleo ya jamii na taifa kwa ujumla.

Kwani utu ni uwezo wa kuzitawala na kuzishinda hisia hasi. Penye utu hakuna hisia hasi za chuki ila kuna kinyume cha chuki, ambacho ni nguvu ya upendo. Penye Utu hakuna hisia hasi za woga au shaka, ila kuna kinyume chake ambacho ni ujasiri, ushujaa, uhodari na hekima. Penye utu hakuna hisia hasi za kudharauliana, kudhalilishana wala kuumizana ila kuna nidhamu, kuheshimiana na matumaini. Mfumo wa ufahamu wa utu kwenye kustawisha jamii yeyote haujengi wala kukomaza kiu ya hisia hasi, ukatili, dhuluma, ufisadi, udikteta au uongozi unaotawala kinyume na haki za binadamu. Mfumo sahihi kwenye kustawisha jamii huru na bora hujengwa na msukumo wa kiu ya ufahamu, ufahamu unaojenga utu wa mtu na maadili yake yote ya kifamilia, kijamii na kitaifa.

6

Utu: Ni Uwezo Wa Kukabili Tatizo Bila Hisia Hasi

Ni haki ya mtu kulipwa kutokana na bidhaa aliyomuuzia mteja wake. Itamsababishia mfanya biashara yeyote kuzalisha hisia hasi mbalimbali kuona mteja halipi kama inavyokusudiwa. Kuzalisha hisia hasi kwenye hali kama hii, mara nyingi inachukuliwa kuwa ni jambo la kawaida na ni hali ya kujilinda na kujitetea ili kuondoa mzaha kazini na hasa ikiwa ni shughuli ya biashara.

Hisia hasi zilizozalishwa nazo kama kawaida, zinamkondo kanuni na sheria zake. Bila kujali kilichozichochea, zitajifungamanisha na tukio husika na kulishikiza kwa muhusika. Ina maana tukio hilo litaanza kuwa sehemu ya maisha ya kila siku kwa mfanya biashara huyu. Bila yeye kuwa na ufahamu kamili wa kinachomtokea, ataanza kuwa muwezeshaji wa tatizo lililozalisha hisia hasi za awali kuendelea kujirudia kama sehemu ya maisha yake ya kibiashara. Kwa siri baadhi ya wateja wake watagundua hali hii na watapata msukumo wa kujisikia kukopa na kutolipa. Watamjaribu na mara moja watagundua kuwa hana uwezo wa kuwadhibiti ni mdhaifu na hivyo watachukua fursa.

Hali hii mpya inayojitokeza baada ya tukio la awali, inaweza kumfanya mfanya biashara huyu kupatwa na mshituko au mfadhaiko kwa kinacho jitokeza kazini kwake. Inawezekana pengine akajifanyia maamuzi mazito na ya jazba kuwa, sasa ataendelea kulipinga jambo hili kwa nguvu zote. Lakini jitihada hizo zote zinazoendana na hisia hasi ya jazba katika maamuzi zitaendelea kumfungamanisha na tatizo. Hii ikiwa ni dhahiri kuwa hana werevu wa hisia hasi wala hatambui kuwa hisia hasi hudhibitiwa kwa werevu na uelewa unaotokana na ufahamu unaojenga utu wa mtu peke yake.

Hali hii ya kushindwa kuzidhibiti hisia inaweza kwa siri, kumjengea muonekano wa hali ya kutojiamini, mnyonge na kuonekana anayefaa kukopwa na kudhulumiwa. Hii inaweza kumchanganya hata kufikia kupoteza kabisa mwelekeo wa biashara yake. Inawezekana ikafikia wakati hata akajitilia mashaka dhidi ya utendaji kazi wake. Wasiwasi na mashaka hayo vitakuwa vinachangia kwenye mkusanyiko wa hisia hasi ambazo tayari amekuwa nazo. Shehena ya hisia hasi ndani yake imeongezeka na hili si jambo zuri dhidi ya mafanikio kwenye biashara yake.

Mzunguko huu wa hisia hasi unaweza kuendelea kukomaa na kusababisha matokeo makubwa ya aina mbili. Kwanza kumkwamisha kabisa kibiashara na pili ndani moyoni kwenye ufahamu wake, mkusanyiko huu unaweza kutafuta udhaifu na upenyo wowote na kuweza kumsababishia maradhi mwilini.

Na maradhi yanayo asilishwa na mkusanyiko wa hisia hasi ndani ya mgonjwa, mara nyingi chanzo chake hakigunduliwi kirahisi, hivyo maradhi hayo hupewa chanzo kingine.

Mtu akitibiwa ugonjwa uliokosewa kugunduliwa chanzo chake cha kweli, dosari hiyo inaweza kupelekea mgonjwa asipone au akapata nafuu tu. Hali hii inaweza kuujenga na kuufanya ugonjwa huo kuwa sugu au kuchukua sura ya ugonjwa mwingine. Kwani ni kweli kuwa chanzo cha ugonjwa wake ni mkusanyiko wa hisia hasi ndani yake. Na hisia hasi hazitibiwi hadi kupona kwa dawa ya aina yeyote zaidi ya werevu na uelewa wa utu wa mtu mwenyewe kuchukua hatamu dhidi ya udhibiti wa hisia hizo.

Hatua ya kwanza ya udhibiti wa hisia hasi inaanzia kwenye elimu ya utambuzi itakayojenga uelewa wa ukweli wote wa hisia hizi. Werevu huo utatoa uwezo wa kuwa sahihi kwenye maisha, na hasa kuweza kukabili maisha kwa namna isiyo zalisha na kukumbatia hisia hasi katika hali yeyote ile. Jina la kijamii la uwezo huu dhidi ya hisia hasi ni ufahamu wa utu. Utu ni ufahamu wa mtu, wenye uelewa uliosheheni werevu, utambuzi na uwezo wa kukabili matatizo na misuguano mbalimbali ya maisha pasipo kuzaliwa hisia hasi za aina yeyote.

Pili, kuuachia uelewa huo jukumu lote la kuzikabili na kuzishinda hisia hasi kwenye misuguano mbalimbali ya kila siku ya maisha yetu. Uelewa kamili; peke yake ndio wenye uwezo na mamlaka ya kuzishinda hisia hasi katika hali yeyote. Mtu mwenyewe bila uelewa wa dhati wa hisia hasi, hana uwezo wala mamlaka ya kuzikabili na kuzishinda. Ni uelewa unaotokana na elimu maalum ya ukweli wote wa hisia hizi wenye mamlaka yote ya kutuwezesha kutokuzalisha na kusambaza hisia hasi kwenye mazingira yetu kwani tunaelewa fika matokeo yake.

Kwa kutumia ufahamu wako uliojengeka kwa uelewa sahihi wa hisia hasi *(emotional intelligence)*, jaribu kufanya zoezi hili la ufahamu ili kujenga ufahamu wa utu wako katika kukabiliana na hisia hasi. Kwa utulivu kabisa, jaribu kutambua na kufuatilia kiufahamu hisia zote za woga, hasira, shaka, chuki, wasiwasi na hisia hasi nyingine mbalimbali kila zinapojitokeza.

Kiufahamu au tuseme kwa ufahamu wa moyoni jifunze kutambua uwepo wa hisia hasi na kuzifuatilia, tena na tena kila zinapojitokeza hadi utambue zina ujumbe gani kwako, fanya hivyo tangu zinapojitokeza hadi zinapotokomea. Yaani kusudia kiufahamu au kwa utambuzi wa moyoni, tambua na fahamu tu uwepo wa hisia hasi za woga, hasira, chuki, wasiwasi na endelea kufanya hivyo kwa taratibu na utulivu kila zinapojitokeza hadi zinapotokomea. Usizifanyie kitu kingine zaidi ya kutambua uwepo wake na kuzifuatilia kiufahamu tu. Jifunze na jaribu kufanya hivyo mara kwa mara hadi utambuzi huo wa moyoni na ufuatiliaji huo uwe ni tabia yako ya kudumu.

Kwa ufahamu uliopevuka kuhusu hisia hasi, fahamu na tambua tu kuwa hisia hasi zipo na endelea kufanya hivyo, zifuatilie kiufahamu tena na tena. Tambua uwepo wake na endelea kufanya hivyo tu. Hatimaye utagundua kuwa hisia hasi zinapo tambuliwa na kufuatiliwa kwa unyenyekevu na utulivu bila kikomo, kwa kutumia ufahamu ulioerevuka dhidi ya hisia hasi, hatimaye zinamomonyoka kabisa au ufahamu na utambuzi wako unazikwamisha kuweza kusababisha magonjwa na matukio hasi kwenye maisha yako.

Nikama mhalifu yeyote aliyekuwa amejificha kwa siri kabisa anapotambuliwa, kufuatiliwa na kueleweka mbele ya jamii inayomzunguka. Kwa namna fulani uhalifu wake unakuwa umekwamishwa tofauti na yule ambaye hafuatiliwi na hajatambuliwa. Mfumo mzima wa hisia hasi ni sawa na muhalifu ndani ya mwili wa mwanadamu kwa karne nyingi, ambaye sasa hana budi kuwekwa hadharani, kueleweka, kufuatiliwa na hatimaye kuteketea.

Ukitaka unaweza kuwasiliana na muandishi ili kupata cd itakayo kufafanulia zaidi kuhusu zoezi hili la ufahamu katika kujenga ufahamu wa utu unaozishinda hisia hasi.

Ufahamu wa utu wa mtu unapotawala kauli, fikra na matendo, mtu anakuwa na uwezo wa kutawala na kuzishinda kabisa hisia hasi. Hali hii pia kwa kuwa ndiyo shina la kweli la afya ya mwanadamu, hujulikana kama afya ya utu. Ni vema itambulike kuwa kuna tofauti kati ya afya ya utu na afya ya magonjwa mwilini. Afya ya utu inapatikana kwa kudhibiti uzalishaji na usambazaji wa hisia hasi kwenye maisha yetu ya kila siku na afya ya magonjwa inapatikana kwa tiba ya dawa mbalimbali kwa njia zilizozoeleka siku zote. Lazima kila kimoja kipewe nafasi yake kamili ili kukamilisha afya ya mwanadamu wa leo.

Mara nyingi dhana ya afya ya utu haitiliwi maanani, kwani waathirika wanaona upande mmoja tu wa tatizo, watadai kuwa wana haki ya kuzalisha hisia hasi bila kuzidhibiti kwani ni haki yao kufanya hivyo, hasa wanapofanyiwa mambo ya kizembe na yasiyo na uadilifu kwenye maisha yao ya kila siku kama aliyofanyiwa mfanya biashara aliyeongelewa hapa.

Kuendelea kuwepo kwa mtizamo huu wa upande mmoja kwenye jamii, kunadhihirisha kwamba idadi kubwa ya watu bado hawana elimu, wala werevu wowote kuhusu ukweli wa hisia hasi ambazo ni sehemu ya miili yao ya ndani kabisa. Jamii haina utambuzi wala ufahamu wa kutosha kuhusu mchango wa kweli wa hisia za watu wake kwenye kuharibu au kukwamisha kabisa afya, ustawi na maendeleo yake kwa ujumla.

Jamii nzima imefunikwa ndani ya giza zito la hisia hasi za watu wake, na giza hilo linaizuia nuru ya ufahamu ambayo ingeangaza katika kutatua matatizo na kuondoa vikwazo mbalimbali vinavyoikabili. Na ni kweli pia kuwa, kujikuta ndani ya giza la aina yeyote na kutokujua unakokwenda, hali hiyo inakuwa chanzo kikuu cha hisia hasi za woga, shaka na wasiwasi. Na hisia hizi hazitatujengea wala kutuimarishia mfumo wowote wa afya na maendeleo yetu.

Tangu vizazi hadi vizazi wakati wote wa maisha yake, mwanadamu amekuwa anategemea akili yake kukabiliana na matatizo na misuguano ya kila siku katika kufikia ustawi na maisha bora. Hapa tumegundua jinsi hisia hasi zinavyotusaliti kwa siri kabisa. Hisia hizi zinafikia hata kuipumbaza na kuipotosha akili kuamini dhana ya mtu kuwa na bahati mbaya kwenye kufikia mafanikio yake au mtu kukosa bahati ya maendeleo jambo ambalo si kweli kabisa.

Akili bila nuru ya ufahamu unaojenga utu wa mtu, haina uwezo peke yake kung'amua mchezo haribifu unaochezwa na hisia hasi katika kutunyang'anya mafanikio, afya na furaha ambayo ni haki yetu ya msingi sisi kama wanadamu tunaojenga familia, jamii na Taifa.

Hii ina maana gani? Kama hatutakuwa makini, kuelimika kwetu kiakili kwa viwango vya juu kabisa, bado kunaweza kuhujumiwa na hisia zetu. Aina hii ya hujuma ina madhara makubwa kwani inatokea ndani yetu na kwa kiasi kikubwa hatutegemei kabisa jambo kama hilo kuwepo na hasa kutokea ndani ya mwanadamu mwenyewe. Kwa kuwa hatuna mategemeo hayo, hatujiandai kwa tahadhari yeyote ile. Hii inazidi kuzipa hisia zetu uwanja mpana wa kufanikisha uharibifu wake bila kutiliwa shaka yeyote. Mara zote tunatizama na kutegemea nje yetu kuwa ndiko kuliko na chanzo cha matatizo makubwa ya kijamii.

Ni vizuri basi kutambua kuwa, kwa mtizamo huu ni kweli kwamba akili zetu zinabebeshwa mzigo mzito wa matatizo kuliko zinavyoweza kutatua. Kamwe akili si chombo chenye ufahamu wa kiutu ambao una mamlaka ya kuonyesha na kuerevusha uwezo wa hisia hasi kujenga mshikamano imara na matatizo ya jamii yetu. Wala akili haina uwezo na mamlaka ya kutatua tatizo hili. Hii si fani ya akili, ila ni wajibu na jukumu la ufahamu wa utu ndani yetu, ambao ni tofauti na akili. Kwani ni kweli kwamba si kila mtu mwenye akili timamu ni lazima awe ana utu timamu na maadili yake.

Bila kwanza nuru ya ufahamu kuonyesha na kutambulisha siri ya hisia hasi kwenye tatizo, akili haiwezi kutumika katika kuchukua hatua zozote za maana dhidi ya msuguano au tatizo hilo. Akili inabidi kutumika kuwakilisha tatizo kwenye ufahamu wa utu, na ufahamu huo kuonyesha ukweli wa kinachofanywa na hisia hasi ili sasa akili iweze kuchukua hatua ndani ya nuru ya ufahamu huo. Kwani bila nuru ya ufahamu akili itajikuta kwenye giza la hisia hasi na michezo yake yote ya gizani na akili haitaambulia mafanikio yeyote katika hali hiyo.

Tutambue na kukubali kuwa tulikuwa tumezibebesha akili zetu mzigo ambao haukuwa wake. Zimekuwa zinafanya kazi nzito na ya mamlaka nyingine, kwani ni kweli kuwa akili si chombo cha kukabili na kuzishinda hisia hasi, hilo ni jukumu la ufahamu wa utu wa mtu. Hii ni sawa na kusema akili zimekuwa zinafanya kazi kwenye giza linalotokana na hisia hasi.

Hapa tunaona kuwa akili ni chombo cha kufanya kazi kwa ushirikiano wa karibu na ufahamu ambao ni kama nuru ya kuonyesha na kutambulisha siri na ukorofi wote wa hisia zetu. Ushirikiano huu ni msingi mkuu wa kutufanya kufikia ukamilifu katika utatuzi wa misuguano na matatizo mbalimbali ya jamii. Ufahamu huu ndio unaotutofautisha sisi binadamu na viumbe wengine wote, ufahamu ambao pia ndio unaotuasilishia na kuujenga utu wetu.

Ni lazima tujielimishe kuhusu hisia zetu kwa kina na mapana. Kwani kila werevu tutakao kuwa tunaupata utakuwa unatuongezea ufahamu unaotujengea utu wetu. Kuona, kutambua na kuelewa chochote kuhusu hisia hasi kunawezeshwa na ufahamu ndani yetu. Ufahamu ambao tunauita ufahamu wa utu kwani ni kweli kuwa uongozi wake unatufanya kukomaa kwenye thamani ya utu wetu na maadili yake. Na kwa kuwa ufahamu unafanya kazi ya kuonyesha na kutambulisha kama inavyofanya nuru ya jua nje yetu, ufahamu huu wenye sifa ya kiutu ndani yetu, tuuite *nuru ya ufahamu wa utu*.

Ili kuurutubisha na kuvuna matunda ya ufahamu wa utu wetu, inabidi tujifunze na kutambua tabia mbalimbali za hisia hasi kwenye maisha yetu. Kwa kuwa hadi sasa tumeelewa sifa moja muhimu ya hisia hasi, ya kutujengea mshikamano usio vunjika kirahisi na matatizo yetu, tunaweza kusema hisia hasi zinajenga hali zinazokinzana na ustawi wa utu na mtu. Sifa za hisia hasi ni kinyume na sifa za nuru ya ufahamu wa utu. Hivyo ni vitu viwili tofauti kama ilivyo giza na mwanga. Hisia hasi ni giza ndani yetu, tunahitaji nuru ya ufahamu iliyo asili ya utu wetu ili kuzishinda na kutupa mafanikio yanayotarajiwa.

Jamii ina kiu ya ufahamu unaojenga utu wetu. Ni kiu hii ya ufahamu iliyochimbuko la utu wetu ambayo ikikamilishwa itatuwezesha kuvuka vikwazo, misuguano na matatizo sugu ya kijamii ambayo akili peke yake haiyamudu. Kiu hii ya ufahamu ambayo ni kiu ya utu ikishughulikiwa na kumalizika, utapatikana mwanga wa kutosha wa kiutu utakao kuwa mdau wa akili na kuiwezesha kufanya kazi kwa uwezo wake kamili. Ili kufikia hapo tutahitaji elimu ya ziada, tofauti na elimu tuliyoizoea. Kwenye mifumo yetu ya elimu tumezoea elimu inayoijenga akili peke yake, sasa tunahitaji kutizama na kwenda mbali zaidi kidogo.

Tunahitaji elimu inayojumuisha kuibua, kurutubisha na kukomaza ufahamu unaoasilisha utu kwenye kutekeleza kazi zetu za kila siku. Tunahitaji elimu ambayo zaidi ya kuielimisha akili pia inakomaza ufahamu unaotumika kwenye utatuzi wa matatizo na misuguano ya kila siku kwenye maisha yetu. Elimu hii ya ufahamu wa utu, kuitofautisha na elimu ya kujenga akili peke yake, mara nyingi imekuwa ikipewa jina la elimu ya utu tofauti na elimu ya akili.

Kwenye elimu ya akili, watu mbalimbali wanakuwa na viwango tofauti vya kuielewa na kuifuzu. Hii ni kweli pia inapokuja kwenye elimu ya utu. Hatuwezi kuwa na viwango vinavyolingana kwenye nyanja hii. Uwezo wa kuzielewa hisia zetu katika kutupotosha na kutukwamisha kwenye utatuzi wa matatizo au misuguano mbalimbali ya maisha unatofautiana.

Ingawa kila mwanadamu, tofauti na mnyama ana uwezo wa kuwa na mawasiliano yaliyokamilika na ufahamu wa utu wake, kutokana na sababu mbalimbali si kila mwanadamu anafanya hivyo. Hata hao ambao watataka kufanya hivyo watakuwa na viwango tofauti vya kupokea na kuuweka kwenye matumizi ya kustawisha na kuendeleza jamii. Kwa kifupi kila mtu anapaswa kujifunza kujenga uwezo wa kutumia ufahamu wa utu katika kustawisha maisha yake.

Kupungukiwa au kutokuwa na ufahamu wa utu hakumfanyi mtu asiwe mtu. Ila anakuwa mtu asiye na utu au aliyepungukiwa na utu. Na hapa tofauti itaonekana kwenye uwezo wa kuzimudu hisia hasi kwa ajili ya afya na mafanikio yake. Kwa hiyo inatubidi kuitizama na kuitathmini upya dhana nzima ya mtu, akili na utu wake.

Dhana kuwa mafanikio na maendeleo yetu yamekwamishwa na mkono wa mtu, kuwa na balaa fulani, kuwa na bahati mbaya au kuikosa bahati kunatokana na ujinga wetu wenyewe. *Ni ujinga wa kiakili na kiutu* unaotupelekea kuwa na dhana potofu za kimaendeleo. Msingi na shina la matatizo yetu hayako nje yetu. Na hayatapatikana kwa kunyoshea kitu kingine chochote kidole, tukajibakiza na kujitukuza sisi wenyewe. Inabidi tukae chini na kuamua kwa dhati kabisa kuwa sasa tunajitambua hivyo hatuna budi *tufute ujinga dhidi ya hisia zetu na tuelimike kiakili.*

Hatuwezi kufikia mustakabali kamili wa afya, mafanikio na maisha bora kwa kuwa tegemezi toka nje yetu. Ufahamu wa utu na akili viko ndani yetu, vinajenga undani wetu ulio msingi wa kweli wa ujenzi wa afya, ustawi na maendeleo ya jamii. Na undani wetu haukamilishwi na mkoloni wa zamani au wa sasa kutoka ulaya au marekani. Na kamwe undani wetu haurutubishwi wala hautajengwa na muwekezaji toka bara hindi au bara la ulaya, hilo ni jukumu letu sisi wenyewe, lisilokwepeka na kubebeshwa mtu mwingine yeyote.

Kamwe matatizo yetu ya msingi hayatapata ufumbuzi kwa kutegemea watu wengine, familia nyingine, jamii nyingine au nchi nyingine. Kwa vyovyote vile ni lazima kurudi kwenye utegemezi wa ufahamu unaojenga utu wetu ambao ndio asili yetu, tujielimishe na *nuru ya utu* wetu ituongoze sisi na *akili zetu* kufikia ubora ulio kwenye malengo yetu. Hii ndio maana halisi ya kujiheshimu, kujiamini, kujitegemea na kuwa huru kama familia, jamii na Taifa.

Kivuli Kinacho Teketeza Afya Yako

7

Kivuli Kinacho Teketeza Kinga Ya Mwili

Tunapokuwa kwenye mwanga wa jua au wa kitu kingine chochote, tunashuhudia vivuli mbalimbali vinavyo fanana na maumbo ya vitu vinavyo sababisha vivuli hivyo. Kivuli kinachukua sura na umbo kamili ya kitu kinacho kisababisha. Si hivyo tu, kama kinacho sababisha kivuli hicho kitabadili sehemu, mwendo, umbo au hali nyingine yeyote, kivuli nacho kitabadilika kuchukua sifa hizo hizo.

Sifa muhimu ya kivuli ni kuwa, kivuli hakitengani na chimbuko lake, hakitengani na kile kilicho kisababisha. Ni mapacha ambao wakati wote wako pamoja na hawatengani. Wakati wote kivuli na chanzo chake vyote vinakuwa pamoja kama ilivyo kwa pande mbili za shilingi, hazitengani!

Tupanue zaidi falsafa hii ya kivuli na chanzo chake *(object and shadow philosophy)* kwa kutambua kuwa, woga pia ni kivuli, chuki ni kivuli, shaka ni kivuli, hasira ni kivuli, kinyongo ni kivuli na hisia hasi nyingine zote kwenye maisha yetu ni vivuli. Alafu tujiulize kama hisia hasi zote kwenye maisha ni vivuli, vyanzo vya vivuli hivi ni nini? Kwani hakuna kivuli kisichokuwa na chanzo au kisababishi.

Mtu aliyeogopa mende au mjusi kwa kumuona tu akipita mbele yake mara moja na kupotea, woga huo wa mende au mjusi ni kivuli kinacho wakilisha mende au mjusi ndani ya ufahamu wa mtu huyo. Hii ni kwasababu mende au mjusi ndivyo vilivyousababisha woga huo. Kisababishi cha woga hapa kinaonekana na kueleweka vema kabisa, ni mende au mjusi. Hata kama kisababishi kimeondoka lakini kitakuwa kimemuachia muathirika kivuli ndani yake, kivuli kama woga.

Vile vile hasira, shaka au chuki ya jambo fulani, ni vivuli ndani ya muathirika vinavyowakilisha kwa kila hali tukio au jambo lililochochea hisia hizo za hasira, mashaka au chuki kujijenga ndani ya muathirika huyo. Wakati mwingine inawezekana viasilishi vya vivuli vikawa ni matukio ya wakati uliopita, lakini tunasema vivuli vimebaki ndani ya muathirika. Ikiwa na maana hasira, mashaka, chuki au hisia hasi nyingine mbalimbali zitabaki ndani ya muathirika wakati wote. Vivuli vinavyobaki kwa muathirika, kwa kawaida vinakuwa na mahusiano imara kabisa na yasiyovunjika kirahisi na viasilishi vyake.

Hisia hasi za mwanadamu ni vivuli vya aina yake, ni vivuli katika ngazi ya ufahamu wetu. Vivuli hivi vya hisia vinatabia na sifa zote za vivuli vya kawaida. Vinabeba tabia na sifa kamili ya kile kilichovichochea, kuvisababisha au kuvijenga.

Hisia hasi za chuki, woga, hasira, shaka, kinyongo na nyingine mbalimbali ni vivuli vilivyotokana na tukio au hali fulani, iliyosababisha hisia hizo kuzaliwa na hatimaye kujijenga ndani yetu.

Hisia hasi za tukio fulani ndani ya muathirika, zinakuwa kama ni pacha wa tukio halisi lililozisababisha hisia hizo. Tofauti ni kuwa pacha wa ndani amejengeka kwa hisia hasi na pacha wa nje amejengeka kama tukio halisi. Ndio maana kivuli cha hisia hasi ndani yako wakati mwingine kinapewa jina la tukio pacha lililotokana na tukio halisi kwenye maisha yako.

Kama ilivyo sifa ya kila kivuli kuwa pamoja na chanzo chake wakati wote. Na hivyo ndivyo ilivyo kwa kivuli cha hisia hasi na chanzo chake. Ingawa inaweza kuonekana mende au mjusi aliyesababisha woga au wasiwasi ameshaondoka kwenye eneo la tukio, huo ni muonekano tu kiuhakika mambo sivyo yalivyo. Ni kweli kuwa kivuli cha mende au mjusi kitakuwa kimebakia ndani ya muathirika kama mbegu inayoweza kusababisha tukio halisi kujihusianisha au kujijenga na muathirika wakati wowote mazingira yanaporuhusu.

Binti aliye dhalilishwa kijinsia wakati fulani kwenye maisha yake, akazalisha hisia hasi za hasira, chuki, woga na ghadhabu dhidi ya tukio hilo hasi, inamaana alifanikiwa kutengeneza kivuli imara cha hisia hasi kutokana na tukio hilo hasi. Hali hii itakuwa imemfanya abebe kivuli hicho kwenye maisha yake yote na kumjengea mahusiano yasiyovunjika kirahisi na matukio yanayoendana na tukio la kudhalilishwa kijinsia.

Kutokana na tofauti ya mtu na mtu, muathirika mwingine anaweza kujikuta hali ya kudhalilishwa kijinsia ikimrudia mara kwa mara kwenye maisha yake yote. Inakuwa kama tukio la kudhalilishwa kijinsia linamfuata kila anapokwenda huku yeye akilichukulia kama balaa. Hapa hakuna mkosi wala balaa yeyote, ukweli ni kuwa anaandamwa na hali hizo kwa sababu amebeba kivuli cha tukio hilo. Kivuli kinakuwa kama mbegu inayoweza kujiumba au kuwezesha tukio halisi kutokea wakati wowote mazingira yanapo ruhusu. Hii inathibitisha mahusiano ya kivuli na chanzo chake kufanana, kufuatana na kutotengana.

Kivuli cha hisia hasi kinamjengea muathirika mahusiano imara yasiyovunjika kirahisi na chanzo kilicho sababisha hisia hizo. Hiyo ni sifa muhimu na ya kuzingatiwa ya hisia hasi, lakini pia mkusanyiko wa hisia hasi ndani ya muathirika nao unakuwa kama mgeni au kitu kipya ndani ya mtu. Kuwepo kwa mgeni huyu ndani ya muathirika inachukuliwa kama sifa ya pili na ya muhimu sana ya hisia hasi za mwanadamu.

Mkusanyiko wa vivuli mbalimbali vya hisia hasi ndani yetu, vinakuwa kama wageni mbalimbali ambao hapo walipo sio kwao, wala hawana asili napo, zaidi ni kuwa wala hawatakiwi kuwepo kwenye eneo hilo ndani ya mwanadamu. Mikusanyiko hiyo ya vivuli vya hisia, ina uwezo wa kubadilika na kuwa vimelea vya hisia hasi na kusababisha ambukizi ndani ya mfumo wa ufahamu wa mwanadamu. Ni wageni wasiotakiwa ndani ya mwanadamu kwani hukomaa na kuwa vimelea vya hisia hasi *(emotional parasites)* ndani ya mfumo wa ufahamu wa mwanadamu.

Ambukizi hilo la kiufahamu ambalo linaweza kukomaa na kuwa vimelea vya hisia, linaweza kulinganishwa na ambukizi la vijimelea vya magonjwa mwilini. Hapa tofauti ni kuwa ambukizi la kimelea cha hisia linatokea kwenye mfumo wa ufahamu wa mwanadamu. Hii ni tofauti na ambukizi la vijimelea kwenye mfumo wa damu kwenye mwili wa mwanadamu ambalo linafanywa na vimelea vya mwilini *(physical parasites)*.

Kama ilivyo kwa vimelea vya mwilini, vimelea vya hisia kwenye mwili wetu wa ufahamu navyo huchochea werevu fulani wa mwili kuanza kupambana navyo. Hii ni kwa sababu hata vyenyewe, pia huchukuliwa na mwili kuwa ni kama kitu kigeni *(foreign substance)* kisichotakiwa kwenye mfumo wa mwili wa mwanadamu.

Mfumo wa ufahamu ni sehemu ya mwili wa mwanadamu kwa hiyo kiujumla vimelea kwenye damu na kwenye ufahamu vyote huchukuliwa kuweko mwilini kwa mwanadamu. Kati ya jitihada za kupambana na vimelea vya hisia ni pamoja na kinga ya mwili kuzalisha chembe chembe nyeupe kwa wingi kwani kinga ya mwili itakuwa imegundua kuwa mwili umeingiliwa na msongo fulani au kitu kigeni kisichotakiwa, hata kama kiko kwenye ngazi ya ufahamu na hisia.

Chembe chembe nyeupe kama askari wa ulinzi wa mwili zitajitahidi kwa kila hali kupeleleza ili kumpata adui anayesadikiwa kuwepo mwilini. Askari hawa wana wajibu wa kumtafuta, kumgundua na kumuangamiza kwa ajili ya usalama wa mwili. Pamoja na jitihada hizo adui hatapatikana kwani vimelea vya hisia havipatikani kwenye damu mwilini ambapo, ndipo chembe nyeupe zinapopatikana na kufanya kazi ya ulinzi na kinga ya mwili kwa ujumla.

Kama muathirika wa vimelea vya hisia yuko kwenye mazingira

magumu au yenye misuguano mbalimbali ya kimaisha. Hali hizo ngumu za misongo na kimsuguano zitachochea kuzaliwa hisia hasi kwa wingi na kupelekea vimelea vya hisia hasi kwa wingi, hivyo kufanya askari wa kinga ya mwili kuwa na kazi kubwa ya kujiandaa. Hata hivyo pamoja na jitihada hizo kubwa, askari hawa wa ulinzi hawatafanikiwa kumpata adui anayehisiwa kuwako mwilini. Hatapatikana kwani yuko kwenye ngazi ya hisia na ufahamu wa muathirika, ambapo chembe chembe nyeupe hazina uwezo wa kufika na kumuangamiza.

Jambo la msingi la kutambua na kuelewa kwa sasa liwe, vimelea vya hisia, vinachukua nafasi ya kuichochea na kuifanya kinga ya mwili kujishughulisha, kujiandaa na kuwa tayari kwa kazi ambayo hatimaye haina uwezo wa kuifanya. Askari wa kulinda mwili wamepumbazwa na wamepumbazika kutumia nguvu kubwa kujiandaa, kujiweka tayari na kuendelea kuwa tayari kwa adui ambaye hatimaye hawatamfikia, kumshambulia wala kumuangamiza. Hali hii ikiendelea kwa muda mrefu kinga ya mwili inafikia hatua inachoka, kuzorota na pengine kubomoka na kutokufanya kazi kabisa.

Wakati vimelea vya hisia vikiendelea kuingilia mwenendo mzima wa kinga ya mwili na kufanya udhoofike na pengine kuzimika kabisa usifanye kazi *(total immune shut down).* Kunakuwa na ngazi nyingine ya uharibifu ambayo hutokana na muathirika kujaribu kujinasua kutokana na maumivu yanayosababishwa na kuzaliwa au kuwepo kwa hisia hasi mbalimbali mwilini mwake.

Kuzalisha hisia hasi za hasira, chuki, woga, shaka na kadhalika kwa kawaida kunaendana na maumivu mbalimbali ambayo hatimaye yatahitaji muathirika kuyaondoa au kuyapooza. Namna ya kupooza maumivu ya hisia hasi inatofautiana kulingana na tofauti za watu, tamaduni na mazingira yao kwa ujumla.

Mwingine anapokuwa na hasira kali anapata msukumo wa hamu ya kuvuta sigara ili kupooza maumivu ya hasira zake. Mwingine kwenye hali hiyo hiyo atapata msukumo wa hamu ya kunywa pombe ya kawaida au mwingine pombe kali na pengine mwingine kuongeza mke au mume. Mwingine ili kuondoa maumivu ya hisia hasi, ataamua kubadili sehemu na kuchagua kwenda sehemu nyingine kukutana na watu wengine na kula chakula cha aina nyingine na vinywaji tofauti. Msururu wa vipoozeo hivi ni mrefu na pengine usio na kikomo.

Hatari ya vipoozeo hivi ni kuwa vikitumika kwa muda mrefu humjengea muathirika mazoea na baadaye anakuwa na hamu navyo bila hata ya kuwepo maumivu ya hisia hasi zinazohitaji kupoozwa. Mara nyingi vipoozeo hivi vinapotumika kwa namna hii huweza kuleta madhara kwa afya ya mwili, lakini kibaya zaidi ni kumjengea muathirika tabia ya kuvizoea na kushindwa kuviacha au kujitenga navyo.

Kinacho shuhudiwa hapa ni madhara ya kiafya na kijamii yanayoweza kusababishwa na vivuli vya hisia hasi ndani ya mwanadamu. Kuwepo kwa vimelea vya hisia kumekuwa msingi na chimbuko la uharibifu wa mambo mawili muhimu. Vimelea vya hisia hasi vimefanikisha kuharibu mwenendo mzima wa fikra, kauli na matendo kwa kumjengea muathirika misukumo ya hamu na tamaa ya kuhitaji vipoozeo vinavyomjengea mazoea. Pili vimelea hivi vimewezesha kudhoofisha au kuharibu kabisa kinga ya mwili na pengine kuwezesha kwa kiasi kikubwa muathirika kuugua magonjwa ya aina zote kwa pamoja.

Madhara na mabadiliko hayo hasi yasingeufika mwili wa mwanadamu kama vimelea hivyo visingekuwapo. Hii ina maana vimeharibu kabisa uasili halisi wa mwili na mifumo ya ufahamu na kupelekea kikwazo kikubwa cha tiba na afya kwa ujumla. Kujaribu kufikia kilele cha afya ya mwanadamu wa leo kwa kuelekeza nguvu na msisitizo wote, kwenye vimelea vinavyopatikana kwenye damu na mwilini peke yake ni kosa kubwa, ambalo sasa kwa uelewa na utambuzi huu inabidi lisahihishwe.

Vimelea vya hisia hasi ndivyo chimbuko kuu katika kubadilisha uasili wa mwili, fikra na mwenendo mzima wa mwanadamu kwenye maisha yake na hivyo kuwa msingi mkuu wa kutotibika kwake. Na mwili uliopoteza uasili wake hautibiki kwa namna yeyote ile hadi kwanza kuurejesha kwenye uasili wake halisi ambao ndio msingi wa kweli wa kutibika kwa mwanadamu wa leo.

Kama uasili wa mwanadamu unapoingiliwa na kuharibiwa kwa kiasi kikubwa inapelekea uharibifu wa ustawi wa afya na mafanikio yake. Ina maana mwili unapokuwa kwenye uasili wake halisi una uwezo wa asili bila ya msaada wowote kujitibu na kupona wenyewe. Dhana kuwa mwanadamu anaweza kutegemea uasili wake tu kama chimbuko la tiba inayojitosheleza si ya ajabu au mpya kwenye jamii ya viumbe hai. Kwani wanyama na mimea yote ya porini kwa kuwa kwenye uasili wao tu inajikuta ikijitegemea kiafya na kuwa kwenye uwezo wa kujitibu na kupona yenyewe bila ya kuhitaji msaada wowote. Hata inapotokea kasoro ni kwa sababu mwanadamu aliyepoteza uasili wake ameingilia uasili unaojitegemea, uliowajenga wanyama na mimea hiyo.

Ni mwanadamu peke yake ambaye ana uwezo wa kupotoka na kuruhusu uharibifu wa uasili wake. Viumbe hai wengine wote, hawana uwezo wa kujitenga na uasili wao unaowapa misukumo isiyo na kasoro kwenye maisha yao. Ukweli huu umewafanya wanyama na mimea kujitegemea kwa uwezo wa kujitibu na kupona wenyewe na kuwa na mwenendo sahihi na kamilifu kwenye mazingira yao kuliko wanadamu ambao wengi wamepoteza uasili wao. Tatizo ambalo linaendelea kuwa sugu siku hadi siku bila kupatiwa ufumbuzi wa kina.

Wanyama na mimea hawana uwezo wa kufanya makosa kwenye mazingira yao kwani wao hawana uwezo wa kuasi au kupoteza uasili wao kama ilivyo kwa wanadamu. Kila mwanadamu anapopinga au anapoasi uasili wake, hisia hasi hujitokeza kama onyo. Asipotii onyo hilo na kurejea kwenye uasili wake, huangamizwa na kuteketezwa na hisia hizo. Afya na mafanikio kwenye maisha yake vinakuwa ni vitu adimu na katika kilele cha mchakato huu ni maumivu, mateso, mahangaiko na vifo vya mapema visivyotegemewa.

Dawa au utatuzi wa tatizo hili hauko mbali, ni mwanadamu kujifunza na kuutambua uasili wake halisi na kujirudi. Ni kujifunza, kuelimika na kupevuka kuhusu hisia hasi zake zinavyojijenga na kuteketeza afya na mafanikio yaliyo haki na asili yake. Utambuzi wa hisia hasi utakaopatikana baada ya kuelimika na kuerevuka zitamjengea ufahamu uliochimbuko la utu wake kama asili yake isiyobeba kivuli chochote cha hisia hasi. Atajifunza na kumudu mtindo wa maisha usioruhusu kabisa vivuli vya maisha yake ya kila siku kupenyeza, kujijenga na kurutubika ndani yake.

Uasili wa mwanadamu haujengwi na vivuli vya hisia hasi, bali ni vivuli hivyo vilivyo chimbuko la kumomonyoa na kuangamiza uasili wake. Uasili wa mwanadamu ni ufahamu unaojenga utu wake, ufahamu ambao umepevuka kwa elimu, utambuzi na ushindi wa hisia hasi. Uasili huu ni kama dawa ya kweli ya asili ndani ya kila mwanadamu inayosubiri kutambuliwa na kutumiwa kwenye kujenga afya ya kweli kutoka ndani ya kila mtu mwenye ufahamu unaojenga utu wake.

Dhana ya uasili wa viumbe hai katika kujenga misukumo sahihi kwa kila kiumbe katika kufikia ukamilifu wa afya na mafanikio kwenye mazingira yake, inabidi ipewe uzito stahili na hatimaye ifikie jamii yote. Ni kweli kuwa kama uasili wa mwanadamu hautakuwa umeharibiwa au kuingiliwa na vivuli ya hisia hasi, uasili huo wenye taarifa zote za mwili kujitibu na kupona wenyewe, ungetoa misukumo ya kifikra na kimienendo ambayo hatimaye ingemuongoza mwanadamu kufikia ustawi wenye utimilifu wa maisha yote, kwenye mazingira yake.

Inategemewa kuwa viumbe wote hai, waongozwe na kukamilishwa na uasili wao ili kufikia kilele cha afya na mafanikio yao, bila kupata msaada wa aina nyingine yeyote toka nje yao. Huo ndio ungekuwa ukombozi, ukamilifu, uhuru na kilele cha afya na mafanikio kwa viumbe wote hai kwenye mazingira yao.

8

Viumbe Hai: Uwezo Wa Kujiuguza Na Kupona Vyenyewe

Mara kwa mara tafiti mbalimbali za afya ya mwanadamu zimekuja na matokeo ya sababu kadhaa zinazopelekea kutokutibika kwa mwanadamu wa leo. Imesemekana kuwa ni kwa sababu ya usugu wa vimelea vya magonjwa, mabadiliko ya hali ya hewa, mabadiliko ya vyakula, mitindo ya maisha isiyo sahihi, dawa kutokuwa na ubora unaostahili na kadhalika.

Pamoja na sababu zote hizi, hapa tunabainisha kuwepo kwa mtizamo mwingine. Chimbuko la msingi la kikwazo cha kutokutibika kwa mwanadamu wa leo ni kuathirika kwa uasili wa mwanadamu mwenyewe. Ikiwa na maana kuwa chimbuko la tiba kamili litafikiwa kwa kuuelewa na kuufikia ukamilifu wa uasili wa kila mgonjwa kwenye jamii yetu na si vinginevyo.

Awali kabisa kabla ya kumjadili mwanadamu na uasili wake,

uliochimbuko la kupatikana kwa afya iliyopotea kwenye jamii yetu ya leo, hebu kwanza tuangalie mimea na wanyama kama viumbe hai vinavyoweza kupambana na maradhi mbalimbali kwenye mazingira yao na kufikia ushindi wa afya na uzima wao. Tuone kama tunaweza kugundua siri inayoviwezesha viumbe hao kupambana na kushinda maradhi mbalimbali kwenye mazingira yao hadi kudumu na kufanikiwa kuendeleza vizazi vyao kwa kipindi cha miaka mingi duniani.

Mimea haisogei pale ilipo kwenda sehemu nyingine kwa ajili ya kutafuta huduma ya afya au tiba. Kimsingi hata wanyama porini hawana vituo maalum vya afya kama ilivyo kwa wanadamu. Lakini viumbe wote hawa wameweza kukidhi mahitaji yao ya afya kwa kiwango cha kuwafanya waendelee kuwepo kwenye uso wa dunia kwa kipindi chote tangu wameanza kuwepo. Mafanikio hayo yamewezeshwa na misukumo ya uasili wao binafsi kwenye kufikia ukamilifu huo wa afya.

Mmea unaoitwa muarobaini kama kiumbe, hupatwa na maradhi kama ilivyo mmea wa mchungwa, mbuyu na mimea mingine. Mimea hiyo kama viumbe hai wengine ina majukumu ya kujitetea kwa namna zozote zile ili kupambana na kushinda maradhi mbalimbali yanayoweza kuvishambulia na kuviangamiza kwenye mazingira yao.

Kama ilivyo kwa mimea mingine, mmea wa muarobaini hauna uwezo wa kusafiri kwenda kutafuta huduma ya afya sehemu nyingine. Kwa hiyo kusafiri kama njia ya kupata tiba lazima kuondolewa kwenye namna mbalimbali ambazo zingetumiwa kuuguza. Kwa sababu hiyo kiumbe hicho kitaangamia kama hakitamudu kujijengea njia nyingine ya kujikinga na kujitibu.

Muarobaini kutoka ndani ya mfumo wake peke yake kama mti, umelazimika kuweza kujizalishia aina ya dawa kadhaa za kutosha kwa ajili ya matumizi ya kinga na kujitibu wenyewe.

Kimsingi dawa hizo tuchukulie ziko arobaini, hazikuasisiwa ndani ya mmea huo kwa ajili ya matumizi ya huduma ya afya kwa binadamu kama inavyoaminika na kuzoeleka. Dawa hizo ni kwa ajili ya matumizi ya tiba na afya ya ujumla ya mmea husika. Na jambo la msingi kutambua na kutilia maanani ni kuwa zimetengenezwa toka ndani ya mifumo ya mmea huo huo. Ni muhimu itambulike kuwa dawa hizo zinaasilishwa na mti huo na sio kutoka nje ya mfumo wa mti huo. Na isisitizwe tena kuwa dawa hizo ndani ya mmea huo ni kwa ajili ya matumizi ya mmea huo kama jamii ya mmea wa muarobaini na si kwa ajili ya jamii ya wanadamu.

Uasili unaoufanya mmea wa mwarobaini kuwa mwarobaini unatofautiana na uasili unaofanya mbuyu kuwa mbuyu. Viumbe wote hai wanauasili unaovifanya kuwa kama vilivyo na kuvitofautisha na viumbe wengine wote ulimwenguni. Uasili wa kila kiumbe umekamilika kwani unataarifa zote muhimu za kukiwezesha kujijengea afya na mafanikio yote ya maisha kwenye mazingira yake.

Kupitia uasili wake, kila mmea kwa miaka mingi umebidi upambane kwa kujijengea kinga madhubuti na kushinda maradhi mbalimbali kwa kujitengenezea dawa toka ndani ya mifumo yake bila hata kusogea pale ilipo kwani bila hivyo ingeangamia na kutokomea kabisa, jambo ambalo sio lengo la kiumbe hai chochote.

Jambo la msingi kugundua na pengine kushangaza ni jinsi

kiumbe husika kinavyo jitengenezea dawa, tiba na kinga kutoka ndani yake chenyewe. Dawa na tiba ambayo imeasilishwa na mifumo ya kiumbe hicho chenyewe. Kwa mtizamo huu dawa hiyo inaweza kuitwa dawa ya asili kwa kiumbe husika kwani haikupatikana nje kwenye asili nyingine yeyote zaidi ya kuasilishwa na misukumo ya asili ya kiumbe husika.

Dawa arobaini toka ndani ya mifumo ya kiumbe kinachoitwa mti wa muarobaini ni za asili kwa kutibu kiumbe hicho kwani zina asili ya kiumbe hicho hicho na sio za asili kutibu kiumbe kingine. Dawa hizo arobaini haziwezi kuitwa dawa za asili zinapotumiwa na kiumbe kingine chochote kwani hazina asili ya kiumbe ambacho sio mti wa muarobaini. Kila kiumbe kwa kutumia uasili wake kina uwezo wa kujitengenezea dawa zake za asili kwa kutumia undani wa mifumo yake peke yake.

Kwa kiasi kikubwa bila kuingiliwa na misukumo mbalimbali toka nje yao, wanyama wanafuata misukumo ya uasili wao iliyobeba na kusheheni ukamilifu wote wa mnyama husika kwenye mazingira yao. Uasili wa mnyama husika pamoja na mambo yote yanayohusu ustawi wake, umebeba siri na uwezo wote wa mnyama huyo kufikia ujumla wa afya yake yote.

Uasili uleule uliobeba siri ya uwezo wa kumsukuma ndege kujijengea kiota chake mwenyewe, na kuonekana kujengwa kwa utaalamu maalum na pengine wa kushangaza, ndio uasili huo huo wenye kubeba siri ya afya na tiba kwa mnyama huyo. Uasili huo ndio unaochukua jukumu la kumsukuma na kumfundisha ndege huyo mbinu na siri zote za namna ya kufikia kilele cha afya na tiba yake binafsi. Kwani ni kweli kuwa bila uwezo huo kiumbe hicho kingeangamia kwa kushindwa kupambana na maradhi mbalimbali yanayojitokeza kwenye mazingira yake.

Hali kadhalika kwa upande wa binadamu, uasili wake unabeba jukumu lote la afya na mafanikio ya maisha yake. Kama ambavyo mimea na wanyama wanawajibikia uasili wao kwa kuendesha na kufanikisha maisha na ukamilifu wa afya zao kwa ujumla, mwanadamu kama kiumbe hai naye hatofautiani hata kidogo na makundi ya viumbe hai wengine. Binadamu naye kwa kuwajibikia uasili wake unaomfanya kuwa binadamu na kumtofautisha na viumbe wengine wote, anapata ukamilifu wa afya na misukumo sahihi katika kumfanikishia ustawi na maendeleo ya maisha yake.

Kuna tofauti moja ya msingi inayotofautisha uasili unaopatikana kwa wanyama na mimea na ule wa binadamu. Uasili ndani ya mifumo ya wanyama na mimea hautoi fursa viumbe hao kuweza kuusaliti uasili wao au kuwa kinyume nao, jambo ambalo linawezekana kwa binadamu. Mimea na wanyama haviwezi kamwe kujitenga na kuachana na uasili wao na kujikuta kuendeshwa na kitu kingine ambacho sio uasili wao, lakini kwa binadamu jambo hili linawezekana hivyo kumkwamisha kiafya na kimafanikio kwenye kila nyanja ya maisha yake.

Wanyama na mimea tangu wanazaliwa wanajikuta kwenye uasili uliokomaa na usioweza kutengana nao tayari kwa matumizi ya kiumbe husika. Mwanadamu pamoja na kuzaliwa tayari na uasili wake timamu. Anauwezo wa kuupoteza kabisa kama hatautambua na kuukomaza kwa kuutumia au kuuwajibikia katika kuurutubisha, kuulea na kuulinda. Hii inafanya uasili wa mwanadamu kuwa kwenye fursa na uwezekano wa kuingiliwa na kuambukizwa thamani nyingine zisizo zake na hatimaye kuathirika au kuupoteza kabisa tofauti na wanyama au mimea.

Kuingiliwa na kuambukizwa vimelea vya hisia hasi ambavyo ni wageni wenye thamani zisizo na asili ya mwanadamu kunatokea pale vivuli vya hisia hasi vinaporuhusiwa kuingia na kujijenga hadi kukomaa na kuchukua mamlaka ya kutawala fikra na mienendo kama mfumo mpya ndani ya mtu. Mimea na wanyama hawana mwanya unaoruhusu kujengeka kwa hali kama hii, kamwe haviwezi kupoteza uasili wao kwenye maisha yao yote.

Hisia hasi na hatimaye vimelea vya hisia hasi na misukumo yake, unakuwa mfumo mpya unaobadili kabisa uasili wa mwanadamu kifikra, kimwenendo na kimaisha kwa ujumla. Hatimaye mfumo huu, wenye mamlaka kubwa unamuweka mtu kwenye uwezekano mkubwa wa kudhurika kwa afya na ustawi wa maisha yake yote. Mfumo huu mpya wa hisia hasi au kivuli, ulioharibifu kwa kuteketeza uasili wa mtu, unamdhuru mwanadamu kama ifuatavyo.

Kwanza utamjengea misukumo ya kumfungamanisha na matukio hasi atakayo ambatana nayo kwenye maisha yake yote. Pili mfumo huo wa hisia hasi utapumbaza na kuipotosha kinga yake ya mwili hadi kupumbazika na kudhoofika kabisa na tatu utamfanya muathirika kuwa kwenye maumivu yanayomjengea misukumo ya matumizi makubwa ya vipoozeo vinavyoathiri kabisa afya yake.

Bila kuurejea uasili wake usiobeba kivuli chochote, kimsingi mwanadamu atajikuta akitofautiana na mimea na wanyama kwenye kujitegemea kwenye uwezo wa mwili wake kujitibu na kupona wenyewe. Uhuru wa afya unaopatikana kwenye jamii ya mimea na wanyama ungepaswa pia kuwepo na kushuhudiwa kwa kila mwanadamu ambaye angekuwa amejifunza na kushinda vivuli vyote vya hisia hasi au vimelea vyake. Hata pale ambapo inaonekana wanyama na mimea kutokumudu afya zao kwa njia isiyo ya asili ni kwa kuwa mwanadamu aliyepoteza uasili wake atakuwa kwa namna fulani ameingilia mifumo ya maisha yao.

Hakuna kiumbe chochote kinachoweza kufikia kilele cha afya na mafanikio ya maisha yake nje ya uasili wake. Hapa mwanadamu anakabiliwa na tatizo la msingi lisilokuwepo kwenye mimea au wanyama. Tatizo la afya yake linaanzia kwenye uasili wake kuweza kuathirika kwa vimelea vya hisia hasi. Ikiwa na maana tiba inabidi ianzie kwenye ngazi hiyo hiyo. Hatuna budi kujifunza na kuelewa kikamilifu uasili wetu wenye kubeba siri zote za afya na hapo hapo tugundue na kuelewa ambukizo la uasili huo linavyotokea ili hatimaye tuweze kuliangamiza na kufikia ukamilifu wa afya zetu.

Kwa tafsiri rahisi, uasili wa mwanadamu ni ufahamu uliovishinda vivuli vya matukio ya maisha yake, hivyo kuwa na uwezo wa kujenga utu wake. Uasili wa wanyama tuuite unyama na uasili wa mimea ubaki kwa jina hilo hilo. Ufahamu huu maalum unaojenga utu wa mtu ndio unaotofautisha mtu, wanyama na mimea. Uasili huu haupatikani kwenye viumbe wengine wote, ila ni utambulisho maalum wa mwanadamu peke yake. Kuuelewa utu na thamani yake kwa kina, kila mtu anaweza kuutafakari kwani anao tayari na ndio uasili uliotujenga sisi sote na kututofautisha na vitu vingine vyote.

Kama ilivyo kwa uasili wa viumbe hai wengine kuwa na uwezo wa kuasilisha kujitibu na kupona vyenyewe, pia kwa binadamu uasili wake ulio ufahamu maalum unaojenga na kurutubisha utu wake, una uwezo uliokamilika wa kuasilisha thamani ya mwili kujitibu na kupona wenyewe na kupelekea afya ya ujumla kwa mwanadamu. Utu wa mtu kama ufahamu unaomtofautisha mtu na vitu vingine vyote kwenye mazingira yake, ndio kiini rasmi cha kupona na kutibika kwake.

Ni ufahamu uliopevuka unaojenga utu kama uasili wetu ambao kama haukuathirika kwa vivuli vya hisia hasi, unatujengea uwezo wa kujikinga na kutuwezesha kutibika na kupona wenyewe magonjwa arobaini na wala sio kukopa uwezo huo toka kwenye mti wa muarobaini. Na ukweli ni kuwa ufahamu unaojenga utu wa mtu uliolelewa, kukomaa na kushinda vivuli vya hisia hasi, una uwezo wa kufananishwa na thamani zinazopatikana kwenye dawa na tiba mbalimbali. Dawa zina uwezo na thamani ya kujenga afya. Na utu wa mtu kama mfumo maalumu wa kiufahamu ndani ya mtu una thamani na uwezo unaoweza kujenga afya, kinga na zaidi, kuwezesha dawa za aina nyingine yeyote zinapotumiwa kufikia malengo yake ya tiba.

Na hapa ndipo linapopatikana chimbuko na dhana ya tiba mbadala *(alternative medicine)* na tiba ya asili au tiba ya jadi *(traditional medicine)*. Kanuni kuu ya tiba hizi inayokubalika kimataifa ni kuwa; tiba ianzie kwenye kuutambua, kuujenga na kuutanguliza uasili wa mtu kama utu wake kwenye kila nyanja ya maisha yake, na kisha ndipo tiba iendelee kwenye kutumia dawa zinazotokana na mimea ya asili au vitu vingine vya asili, ili *uasilia wa utu na uasilia wa dawa* vyote kwa pamoja vijenge mchakato wa kukamilisha afya ya mwili na ya jamii kwa ujumla.

Wote tunajua kuwa uasili wa mwanadamu sio mimea au unyama, ila ni aina fulani ya ufahamu unaojenga utu wake. Kwa mtizamo huo basi, dawa zinazotokana na wanyama au miti sio za asili kwenye kumtibu mwanadamu. Bali dawa hizo ni za asili katika kufanya tiba na kujenga afya ya asili huko zinakopatikana. Kama ni kweli kuwa mafuta ya simba ni tiba, haitakuwa ni tiba ya asili kwa binadamu kwani hayatokani na binadamu. Thamani ya tiba iliyoko kwenye sehemu ya mnyama huyo ni tiba ya asili kwa mnyama huyo huyo. Dawa ya asili kwa mwanadamu lazima itokane na mifumo ya ufahamu wa binadamu mwenyewe usio na doa la kivuli cha hisia na yenye uwezo wa kutibu mwili wake bila ya msaada toka nje yake. Kinachotoka nje ya mwanadamu hakina asili yake, hivyo hakiwezi kuitwa dawa ya asili ya mwanadamu

Uhusiano sahihi uliopo kati ya mwanadamu, wanyama na mimea ni ule ambao mwanadamu anatumia sehemu ya mnyama au mmea kama chakula. Na neno dawa halitumiki kwenye hali kama hiyo. Mimea na wanyama wanajihusisha na mazingira ya nje yao kwa kupitia chakula tu na kuweza kujitengenezea dawa zake peke yao. Kwa mwanadamu inakuwa ni hivyo hivyo.

Mmea wa muarobaini, ulipata maji, jua, hewa na virutubisho toka nje yake na mifumo ya ndani yake kujitengenezea dawa za kutosha kulingana na mahitaji yake. Mmea huo haukutumia vitu hivyo kutoka nje yake kama dawa kwa namna yeyote ile. Unaweza kulinganisha virutubisho vilivyotumiwa na mmea huo toka ardhini kama binadamu anavyotumia chakula anachokula na maji yaliyotumiwa na mmea huo kama anayokunywa mtu, vilevile hewa na jua kama anavyotumia mwanadamu. Katika hali ya ukamilifu wote, mfumo wa maisha ambao ni sahihi kwa mwanadamu unampatia thamani yote ya afya toka kwenye ufahamu maalum unaojenga utu kama uasili wake, kwa kufuata mchakato unaoweza kulinganishwa na huo wa mimea au wanyama.

Dawa ya asili kwa mwanadamu ni ufahamu wake uliopevuka kiutu unapotawala fikra na mienendo yake yote kwa muda wote wa maisha yake. Mienendo inayosukumwa na ufahamu wa utu itamjengea mahusiano sahihi na vyakula, vinywaji, watu na vyote vinavyomzunguka kwenye mazingira yake. Akifanikiwa kuutafsiri na kuueleleza ufahamu wa utu wake kikamilifu kupitia mifumo ya mwili wake na hatimaye maisha yake; atakuwa kwenye kilele cha afya ya asili na pengine asilazimike kabisa kukopa afya toka kwenye asili nyingine zozote nje yake. Hii ingekuwa ndio hali ya kawaida kwa ujumla wa afya na tiba ya mwanadamu. Hali ambayo kwa namna fulani ingelingana na ile ya wanyama na mimea kutegemea uasili wao kwa afya zao.

Ufahamu maalum wa mwanadamu ni utu wake, wenye uwezo wa kiufahamu uliopevuka kuweza *kushinda vivuli vya hisia hasi, vimelea vyake na misukumo yake yote*. Ni uwezo wa mtu kudhibiti kutokuwepo kwa vimelea vya hisia hasi ambavyo huathiri kabisa mfumo wa kinga ya mwili na ambavyo pia humpa mwanadamu misukumo ya kutawaliwa na vipoozeo na kujiambatanisha na matukio hasi kwenye maisha yake yote. Ufahamu uliopevuka wenye thamani ya utu, unakuwa tiba ya asili kwani utajenga kinga ya mwili na hali ya kutotawaliwa na vipoozeo au kuandamwa na matukio hasi.

Katika hali ambayo ukamilifu wa uasili wa mtu kutafsiriwa kama utu wa fikra na matendo haujafikiwa, inawezekana ikahitajika mtu huyo kufidia mapungufu hayo yanayotokana na sababu hizo za uchanga au udhaifu wa kiutu kwa dawa na tiba toka nje yake. Mtu huyu atakuwa kwenye nafasi nzuri ya kutibika na kutokufikia usugu wa magonjwa kwani tayari yuko kwenye mchakato wa kukamilisha misingi ya uasili wake kujitafsiri kwenye mifumo yote ya maisha ya kila siku. Ikimaanisha kujifunza kuelewa na kudhibiti mfumo wa hisia hasi kwenye maisha yake.

Nafasi ya uasili wa utu kwenye tiba haiwezi kuwa na mbadala wake kwa mtu kutumia sehemu ya mimea au wanyama kama tiba. Uasili wa mtu unakamilishwa na ufahamu wa utu wa mtu uliozishinda hisia hasi kujieleleza kwenye fikra zake, kauli na mienendo yake tu. Na huu ndio msingi wa tiba na afya sasa na siku zijazo. Uasili wa mtu hauwezi kufananishwa na kitu kingine chochote, hivyo hauwezi kuwa na mbadala kwa namna yeyote ile. Kuasi au kuupoteza uasili wa utu wa mtu hakuwezi kupatiwa ufumbuzi kwa mtu kutumia mimea ya asili au wanyama kama dawa, chakula au namna nyingine yeyote.

Hivyo basi tiba zote za hospitalini, tiba mbadala na tiba za jadi zitanguliwe na hekima ya kumjengea mgonjwa utambuzi na uelewa wa kina wa thamani ya uasili wake kama chimbuko la afya yake ya asili isiyopatikana sehemu nyingine yeyote na dawa nyingine zote toka nje yake zitumike na kuchukuliwa kuwa ni huduma ya kusaidiana na uwezo wa uasili wake ili vyote kwa pamoja viwe ni mchakato katika kutimiza na kufikia lengo la ukamilifu wa afya kwa mwanadamu wa leo.

Hii ni kwa sababu hakuna chochote toka nje ya mwanadamu mwenyewe kinachoweza kudhibiti hisia hasi, kuangamiza vimelea vya hisia hasi, kuvunja mahusiano yasiyovunjika kirahisi kati ya hisia hasi na tukio hasi na zaidi kumuwezesha mtu kushinda vipoozeo. Jukumu hili hukamilishwa kwa ufahamu maalum wa utu wa mtu wenye uwezo wa kuzishinda hisia hasi na uwezo huo kutawala kauli, fikra na matendo ya mwanadamu kwenye maisha yake yote.

Kuruhusu jamii kupuuzia swala la uasili wa utu na thamani yake kwenye tiba, kunaipelekea jamii hiyo kujitenga na utu wake na hatimaye kujengeka kwa maradhi sugu. Na kuiruhusu jamii hiyo kukimbilia dawa za asili ya mimea au wanyama kama ndio tiba ya asili kwa magonjwa sugu au kama njia ya kujenga uwezo wa kutibika, hilo ni kosa kubwa. Na ni janga linaloikabili nyanja nzima ya afya na ustawi wa jamii. Kwani ni kweli kuwa hakuna hata dawa moja ya mimea, madini au wanyama yenye uwezo wa kudhibiti hisia hasi wala vimelea na misukumo yake ndani ya mgonjwa ilikupata uasili wa utu huru uliochimbuko la kweli la tiba ya asili na kutibika kwa mwanadamu.

Sasa ni vema, tutambue na kuelewa kwa uhakika kuwa ufahamu uliopevuka unaojenga utu kama uasili maalum wa mwanadamu, unathamani ya pekee yenye kubeba uwezo unaosababisha mwili kujitibu na kupona wenyewe. Thamani inayoweza kulinganishwa na thamani zinazopatikana kwenye dawa na tiba mbalimbali kutoka kwenye asili nyingine nje yake. Ufahamu maalum unaoasilisha na kujenga utu kama uasili wa mtu, unathamani ya dawa na tiba yenye kupelekea mwili kupona wenyewe. Na ni thamani hiyo ya dawa au tiba ya msingi ambayo *inafanya kazi yenyewe* au inayotangulia na kuandaa uwezekano wa *dawa nyingine zote*, zenye kemikali au za asili zisizo na kemikali kufikia malengo yake ya tiba zinapofika kwenye mwili wa mwanadamu.

Kama ilivyo kwa uasili wa viumbe hai wengine wote kuwa na uwezo wa kuasilisha thamani kamili za kujitibu na kupona vyenyewe. Sasa iwe wazi kuwa; pia kwa binadamu uasili wake huru, ulio ufahamu uliopevuka kwa kushinda na kuangamiza kabisa mfumo wa hisia hasi hivyo kuwa chimbuko la utu, uasili huu una uwezo uliokamilika wa kuasilisha thamani ya kutibika na kupona kwa mwili wa mwanadamu wenyewe, pale uasili huo unapotambuliwa, kuheshimiwa, kuthaminiwa na kutumika kama mtindo wa maisha ya kila siku ya mwanadamu.

9

Misukumo Ambukizi Ya Maradhi

Uasili wa mwanadamu ni mfumo unaojitegemea, unaweza kupata maambukizi kama ilivyo kwa mifumo mingine mbalimbali ya mwili wake. Kama viumbe wote hai wanavyowajibikia uasili wao kwa kiwango cha asilimia mia moja, pia mwanadamu angepaswa kutumia ufahamu maalum unaomjengea utu wake kama uasili wake, kwa kiwango kama cha viumbe wengine wote.

Ikitokea kwa sababu yeyote ile mwanadamu akajikuta haendeshwi na ufahamu ulio uasili wa utu na maadili yake yote, ishara mbalimbali za kumtahadharisha hujitokeza. Ataanza kujihisi amefanya kosa; ni kweli amefanya kosa la kujitenga na uasili wake lakini mara nyingi hatagundua kosa lenyewe, ila atajihisi tu kuwa amefanya kosa fulani. Kitendo cha kujitenga na uasili wake kitafanya zijitokeze hisia hasi za mashaka, wasiwasi, woga au chuki na hisia hizi kwa kawaida zinaambatana na maumivu ya kuusaliti utu kama uasili wake.

Kuzaliwa kwa hisia hasi ni ishara pekee inayodhihirisha kuwa tayari mwanadamu kashajitenga na uasili wake. Kwa maneno mengine, kujisikia mkosaji na hisia za woga, shaka, wasiwasi, chuki, hasira, kinyongo na hisia hasi nyingine mbalimbali kujitokeza, ni ishara muhimu na maalum kwamba mwanadamu sasa haongozwi na asili yake. Hisia hasi na maumivu yanayoambatana nazo yachukuliwe kama alama ya onyo au angalizo muhimu linalomtaka mwanadamu kurejea kwenye uhalisia wake.

Kwa kuwa mara nyingi onyo la kurejea kwenye uasili wake halitekelezwi kunakuwa na madhara makubwa yanayofuatia. Na madhara hayo yatatekelezwa na mfumo wa hisia hasi zilizozalishwa kama onyo la mwenendo mzima wa maisha yasiyo sahihi yanayoweza kufuata baadaye kwa muathirika. Haiwezekani mwanadamu akawa kwenye uasili wake kikamilifu kabisa halafu akajihisi mkosaji, kuwa na wasiwasi, woga, hasira, chuki, shaka au hisia hasi ya aina yeyote ile. Uasili wa mwanadamu ni kama nuru na hisia hasi ni kama giza, haviwezi kuwepo sehemu moja kwa namna yeyote ile.

Hisia hasi ni mfumo hasi na bandia ndani ya mwili wa mwanadamu. Haukupaswa kuwepo kama mfumo halisi wa utu wa mtu ungewajibikiwa, kutumika na kuenziwa kikamilifu. Matatizo yatafuatia baada ya mtu kujitenga na utu na maadili yake na kupuuzia maonyo na tahadhari zinazotolewa na hisia hasi. Hii inathibitisha kuwa uasili wa mwanadamu ni lazima uwajibikiwe kwa dhati na kutumika ipasavyo kama ambavyo viumbe wengine wote wanafanya kwa uasili wao. Hili liwe ni suala la utekelezaji, wala lisiwe suala la mjadala. Kulijadili ni kupoteza wakati kwani ukweli kuhusu uasili kama kiini cha msukumo wa maisha ya viumbe hai hautabadilika.

Kwa kutokurejea kwenye uasili kunazipa hisia hasi fursa ya kujijenga kama mfumo bandia unaojenga misukumo itakayo chukua jukumu lote la kumuendesha mwanadamu ikiwa ni mapinduzi ya uasili wake halisi ambao aliuweka kando kwa kutambua au kutotambua. Hapa mfumo wa uasili wa mwanadamu umepinduliwa, kilichoupindua ni mfumo bandia wa hisia hasi ambao sasa unachukua hatamu na mamlaka ya jukumu lote la kumuongoza muathirika.

Chimbuko la mfumo wa hisia hasi ni tukio hasi lililojitokeza kwenye maisha ya muhusika, likazaa hisia hasi ndani yake, hisia ambazo kama zikikomaa hujijenga na kuwa kimelea cha hisia hasi. Mgeni anayezaliwa ndani kama kimelea cha hisia hasi mara nyingi atahitaji kujijenga na kudumu hadi kufikia ukomavu. Ili kujijenga na kujidumisha ndani ya makazi yake, kimelea cha hisia hasi kitatumia misukumo mbalimbali itakayotekelezwa na fikra, kauli, hisia na mienendo ya muathirika ili kukiwezesha kufikia malengo yake ya kuishi na kudumu hadi kukomaa ndani ya mwili wa ufahamu wa muathirika.

Ni nini kimejenga na kutengeneza kimelea cha hisia hasi? Ukweli ni kuwa ni hisia hasi zilizotokana na tukio hasi kwenye maisha ya muathirika. Kukuwa, kudumu, hadi kukomaa kwa kimelea kutahitaji vichocheo na virutubisho vilevile vilivyotumika kukifanya kuzaliwa na kuishi ndani ya mtu. Hii ina maana kuwa, kuendelea kuweko kwa kimelea hicho ni lazima kuendane na kuendelea kuwepo kwa hisia hasi zilizokijenga, na kuendelea kuwepo kwa hisia hasi hizo kutahitaji kuendelea kuwepo kwa tukio hasi lilelile lililohusika kukisababisha ambalo hatimaye itabidi liwe sehemu ya maisha ya muathirika.

Kudhalilishwa kijinsia, hili ni tukio hasi kwenye maisha, hivyo muhusika atazalisha hisia hasi dhidi ya tukio hilo hasi na la kidhalimu. Hisia hasi dhidi ya tukio hilo zikidumu na kukomaa zitapelekea kujijenga kwa kimelea cha hisia hasi za tukio hilo hilo. Kimelea hicho ili kujidumisha na kuendelea kitamjengea muathirika fikra, hisia na kauli zitakazo msukuma kujiweka kwenye mkao wa kuwezesha tukio hilo kujirudia au kujikuta kwenye mienendo ambayo itamjengea mazingira ya kuwezesha tukio hilo hasi kujirudia kwenye maisha yake. Kila linapofanikiwa kujirudia atazalisha hisia hasi kama zile za wakati wa tukio la kwanza, ambazo hizi zitatumika kudumisha na kuimarisha kimelea ambacho tayari kiko ndani yake.

Kimelea cha hisia hasi kinatumia aina mbili ya misukumo inayokiwezesha kufanya tukio hasi na hisia hasi zilizokijenga awali ziendelee kuwepo. Kimelea cha hisia hasi ndani ya muathirika kina msukumo unaochochea na kutawala fikra, hisia na vitendo vya muathirika na kumpumbaza hatimaye kumjengea msukumo, hamu au tamaa ya kulirudia tukio hasi ambalo kwa vyovyote vile litasababisha kuzalishwa hisia hasi za kurutubisha kimelea husika. Hapa muathirika anatumiwa na kimelea katika kukijenga na kukirutubisha, hivyo ni mtumishi na mtumwa wake.

Mtu anapojikuta anarudia tukio hasi na kuzalisha hisia hasi zinazotumika kujenga na kurutubisha kimelea hasi ndani yake, hali hii huwa inaambatana na maumivu mbalimbali. Kumfanya muathirika asisite kurudia tukio hilo kwa sababu ya ukali wa maumivu, kimelea kinauwezo wa kumjengea muathirika msukumo *(hypnotic force)* wa kumpumbaza na kumpotosha kumuelekeza kwenye kutumia vipoozeo mbalimbali kupooza maumivu hayo na mara nyingi msukumo huu unamsahaulisha muathirika maumivu ya tukio hasi kwani atatekwa na kuzama kwenye burudani mbalimbali zinazotokana na vipoozeo atakavyokuwa anavitumia.

Kwa hali hii mtu anajikuta akizoea vipoozeo na kuzama kwenye maisha hayo huku akiendelea kurudia tukio hasi na kulichukulia kama sehemu ya kawaida ya maisha yake, kama pia anavyochukulia vipoozeo kuwa sehemu muhimu ya maisha yake. Yote haya yanatokea kwa misukumo ya vimelea lakini mara nyingi muathirika katika kupumbaa na kunogewa na vipoozeo atafikiri maisha hayo ni matokeo ya maamuzi yake na wala sio misukumo ya vimelea.

Kwa namna hii tukio hasi na hisia zake vitakuwa vimekubalika kama sehemu ya maisha ya kila siku kwenye jamii. Ukweli ni kuwa kilichokubalika hapo ni mfumo hasi uliopindua mfumo wa uasili wa mwanadamu. Uasili wa mwanadamu kama ufahamu unaojenga utu na maadili ya utu vitakuwa havina tena nafasi kwa muathirika. Atakuwa mpweke wa thamani zote za utu na kutawaliwa na uasili uliokinyume kabisa na utu wake, huku akizawadiwa vipoozeo mbalimbali kumpumbaza na kujisahau kabisa kuhusu thamani za maadili na utu wake.

Sasa tukiwa katika hali ya upweke baada ya kupoteza uasili wa utu wetu na kuvishwa uasili wa bandia, tunakuwa hatuna uchaguzi wa namna nyingine ya maisha zaidi ya ushujaa katika kuzalisha hisia hasi na kuwa watumwa wa vipoozeo kujaribu kuondoa maumivu ya upweke tulionao. Kila hali ya mashaka, hasira, woga, chuki na hisia hasi nyingine zinapojitokeza dhidi ya matukio hasi kwenye maisha yetu, mara moja tunajikuta kwenye msukumo wa hamu ya kupooza maumivu yanayoendana na hisia hizo kwa vipoozeo vinavyotuzunguka kwenye mazingira ya kila mmoja wetu.

Wengine wanajikuta kwenye msukumo wa hamu ya sigara, vyakula, vinywaji kama maji, soda au vinywaji vikali, wengine hamu ya starehe ya aina fulani au hamu ya manunuzi mengine ya aina yeyote ile ilimradi utatokea msukumo unaohitaji kitu cha kupooza maumivu ya hisia hasi dhidi ya tukio hasi lililozalisha hisia hizo. Jambo la msingi la kutambua hapa ni kuwa kunazaliwa msukumo wa hamu inayohitaji vipoozeo mbalimbali kwa maumivu yanayo ambatana na hisia hizo.

Kama hisia hizo zitadumu, pia hamu ya vipoozeo itadumu, kujenga tabia na hatimaye kuchukua sura ya kuwa tamaa kwani hamu itakuwa imevuka mipaka. Kama mtu atakuwa amejitenga na uasili wake kwa kiasi kikubwa, ndivyo atakavyokuwa na maumivu kiasi hicho hicho yanayoambatana na hisia hasi. Atajikuta msukumo wa hamu na tamaa ya vipoozeo mbalimbali ukibadilika na kuwa ubinafsi, kwani hataweza kabisa kuishi bila vipoozeo na wakati wote ataviona havimtoshi. Ndio maana mlevi sugu atakuwa mbinafsi wa pombe hawezi kumpa mwenzie hata tone moja, ataing`ang`ania hata kama itamgharimu maisha yake. Hapa msukumo wa hamu na tamaa umechukua sura ya ubinafsi unaoangamiza afya na maisha ya mwanadamu.

Misukumo ya vimelea vya hisia hasi ambayo inapotosha

na kupumbaza imejigawa kwenye ngazi tatu. Msukumo wa hamu, msukumo wa tamaa na hatimaye msukumo wa ubinafsi. Vimelea hivi vina uwezo mkubwa wa kudhoofisha kinga ya mwili na kuwezesha magonjwa kadhaa lakini pia misukumo hiyo mitatu hasa kupitia vipoozeo mbalimbali ina uwezo mkubwa wa kusababisha magonjwa mapya au kukomaza yaliyopo na kuyafanya sugu. Kwa hiyo misukumo hii inakuwa misukumo ambukizi ya maradhi mbalimbali kwa namna ambayo haitambuliki moja kwa moja.

Jitihada ya mwanadamu kupooza maumivu ya hisia hasi kwenye maisha yake kwa kukubali kutekeleza misukumo ya vimelea zinakuwa hazizai matunda ya kutatua tatizo hilo. Matokeo yake kila baada ya kutumia kipoozeo na muda kupita tatizo linaonekana kuongezeka hivyo kuchochea hisia hasi zaidi na vipoozeo zaidi. Utambuzi makini utakujulisha kuwa kinachofaidi zaidi mzunguko huu wa vipoozeo na hisia hasi ni vimelea vya hisia hasi kwani vinajijenga, kuongezeka na kukomaa na kwa kiasi hicho hicho kuteketeza kinga ya mwili ya jamii nzima.

Mfumo wa kinga ya mwili unaathirikaje? Kwa kuwa vimelea vya hisia hasi ni mgeni asiyetakiwa kwenye mfumo wa ufahamu wa mwanadamu anahesabika kama adui. Kuongezeka na kurutubika kwake kunazidisha jitihada ya askari wa mwili kama chembe chembe nyeupe kuzaliana kwa wingi kujaribu kumgundua adui huyo ili kumuangamiza. Licha ya jitihada zote za askari hao wa mwili, hawatakuwa na mafanikio yeyote ya kumgundua na kumuangamiza adui kwani yuko nje ya mfumo wanakopatikana askari hao. Matokeo yake ni kuzidi kudhoofika na kuteketea kwa kinga ya mwili huku misukumo ya vimelea ikizidi kukomaa na kujizatiti.

Baadae misukumo hii inazoeleka na kuwa tabia, misukumo ambukizi ya maradhi na hatimaye kujenga tamaduni, mila na desturi za jamii au Taifa.

Msukumo ambao chanzo chake ni kusalitiwa kwa uasili wa mwanadamu na kuzaliwa hisia hasi, hatimaye unachukua nafasi muhimu kwenye jamii. Unakuwa giza la kupumbaza na kupotosha kila jambo jema lililokusudiwa kwa mwanadamu kupitia kwenye ufahamu unaojenga utu wake. Kwa namna hii msukumo huo ambao chanzo chake ni kosa linalofanywa na binadamu mwenyewe, umefanikiwa kufanya mapinduzi. Umepindua uasili wa utu kama msukumo na mfumo sahihi wa kijamii uliokusudiwa kumuendesha mwanadamu kufikia kilele cha afya na mafanikio ya maisha yake.

10

Usugu Wa Maradhi Na Maradhi Mapya

Kwa kupoteza uasili ulio ufahamu unaojenga utu wetu na kujikuta kusukumwa na hulka za hisia, hamu, tamaa na ubinafsi ambazo ni misukumo ambukizi ya maradhi, lazima tutashindwa kujitawala, kujisimamia na kujiongoza kwenye mahusiano sahihi na kazi zetu, vyakula, vinywaji, watu na mazingira yanayotuzunguka.

Tutapoteza mwelekeo sahihi, tule na kunywa nini na kwa kiasi gani. Tutapoteza mwelekeo sahihi tuhusianeje na kwa mipaka gani tunapokuwa na familia, marafiki, majirani na hata kazi au mali tulizonazo. Udhaifu huu wa mahusiano unaweza kuwa chimbuko kuu la usugu wa maradhi au maradhi mapya.

Udhaifu wa mwanadamu kutawala misukumo ya hisia hasi, hamu, tamaa na ubinafsi wetu baada ya kuasi uasili ulio ufahamu muhimu unaojenga utu wetu, ni msingi wa matatizo makubwa kwenye nyanja ya afya na ustawi wa jamii kwa sasa kuliko wakati mwingine wowote. Misukumo hii inaweza kuwa vyanzo vya usugu na magonjwa mapya moja kwa moja au kusaidiana na hali nyingine mbalimbali.

Msukumo wa hamu usiotawalika unaweza kutupeleka kwenye aina tofauti ya starehe zilizovuka mipaka. Kutumia vyakula na vinjwaji kwa namna inayosababisha mifumo ya mwili kufanya kazi kuliko kiwango chake cha asili, hivyo kudhurika kwa viungo mbalimbali vya mifumo hiyo na kusababisha magonjwa au kukomaza yaliyokuwepo.

Hisia hasi zinazojitokeza kama hatua ya kwanza ya mwanadamu kuuweka kando uasili wake; tumeona zilivyo na uwezo mkubwa wa kuathiri kinga ya mwili na kusababisha maradhi kadhaa, au maradhi yote kwa wakati mmoja, ambayo mara nyingi yanapewa vyanzo vingine kimakosa na tiba isiyo sahihi. Hisia hasi za chuki, hasira, vinyongo, mashaka na kadhalika zimeripotiwa kuhusika moja kwa moja na saratani mbalimbali na magonjwa mengine kadhaa na kuyapa mengine ugumu wa kutibika.

Magonjwa yanayotokana na hisia hizi kwa kuwa ni matokeo ya kupungua kwa kinga ya mwili na nguvu hai mwilini *(life force)* hayatibiki kikamilifu kwa dawa yeyote zaidi ya kurejea kwenye uasili wa mwanadamu ambao ndio chimbuko pekee la nguvu hai na kinga ya kweli ya mwili.

Kasi na shinikizo la maisha ya kujilimbikizia mali inayotokana na misukumo ya tamaa, ubinafsi au kama njia ya kujipooza inaweza kuathiri mifumo na viungo mbalimbali vya mwili. Na mwili hautaweza kuridhia kasi na shinikizo hilo linalotokana na kupotoka baada ya kuasi uhalisia wa utu na maadili yake.

Hatimaye mwili unakuwa kwenye hali ya kudhoofu au kushuka kinga yake tayari kwa maradhi kadhaa au yote kwa wakati mmoja.

Hii ni kwa sababu kwa asili, mwili wa mwanadamu ulitegemewa kuendeshwa na misukumo ya uasili wa ufahamu unaojenga utu wake kama nguvu inayotawala fikra, mifumo na viungo vya mwili wake vyote na si kwa misukumo ambukizi, iliyojengwa kwa hisia hasi na vimelea vyake. Mwili wa mwanadamu hautambui wala hauendani na misukumo ambukizi kwani haukujengwa ili kuendana na hali hiyo iliyosahihi kwa miili ya wanyama pori.

Kwa ujumla misukumo ambukizi inaweza kutusukuma kwenye mahusiano potofu na kujikuta kwenye maumivu mbalimbali yanayohitaji kiasi kikubwa cha vipoozeo kupitia hali mbalimbali. Lakini vipoozeo vinaweza kuvuka mipaka kulingana na uwezo wa mtu na kupelekea uharibifu mkubwa wa afya kwa kujenga usugu wa maradhi au kusababisha mengine mapya.

Mwenye kipato cha chini anaweza kujipooza kwa pombe ya kienyeji kama gongo, mwenye kipato cha juu atajipooza kwa pombe ya gharama. Tajiri zaidi anaweza kujipooza kwa kununua gari, nyumba au ndoa mpya kila anapojikuta kwenye hisia hasi ya namna fulani huku masikini akinunua kanzu au doti ya kanga kila anapojikuta kwenye hisia hasi zinazomjengea tamaa na hali ya kuhodhi kibinafsi.

Kinachotokea kwenye mtiririko huu wa maisha ni mashindano ya kujipooza maumivu yanayosababishwa na misukumo hii ambukizi. Ni mashindano kati ya mtu na mtu, familia kwa familia hatimaye kwa jamii nzima. Ni viwango na ngazi tofauti za kuwajibikia maumivu yanayotokana na kosa la kuusaliti uasili wa utu wetu. Ni kuutumia mwili wa mwanadamu tofauti na malengo na uwezo wake wa kueleleza misukumo ya uasili wa utu kwa fikra, kauli na mienendo. Kuutwika mwili wajibu huu ni kuuweka kwenye nafasi ya kuugua hadi kufikia usugu na hata maradhi mapya.

Matumizi ya mwili kinyume na uasili ulio ufahamu unaojenga utu wake, yanaudhoofisha na kuuweka tayari kwa magonjwa mapya au kuimarisha yaliyopo. Uasili wa utu na maadili yake yote unapojieleleza kwenye mifumo yote ya mwili na kuwa mfumo wa maisha, matokeo yake ni mwili kuwa kwenye kiwango sahihi cha afya yake na kujitibu na kupona wenyewe pale unapougua au kutibika kwa dawa mbalimbali pale inapobidi kutibiwa.

Tunapokuwa kwenye tiba mbalimbali, mara kadhaa tumeelimishwa na kupewa miongozo ya ulaji, unywaji na hata namna bora na sahihi za kuhusiana sisi kama watu wenye fahamu timamu na hali mbalimbali za mazingira yetu kwenye maisha ya kila siku. Ikiwa kama mtu hana uwezo wa kusimamia na kutawala misukumo ambukizi toka ndani ya ufahamu wake inakuwa vigumu kutekeleza maelekezo na misingi hiyo ya afya. Na udhaifu huo wa kudhibiti misukumo yake inafanya ushauri au elimu aliyopewa isipate fursa ya kuwa sehemu ya tiba.

Kwa vyovyote vile umuhimu wa miongozo, nasaha na kanuni hizo za maisha, kama msingi wa tiba haviwezi kupuuzwa halafu tukafikia na kubakia kwenye kilele cha afya inayotegemewa. Kwa mtizamo mwingine kanuni na masharti hayo ya kiafya yanalenga kuturejesha kwenye uasili wetu wa kibinadamu ambao ndio msingi wa kinga ya kweli ya maradhi mwilini na wakati mwingine yanatosha kuchukua nafasi ya dawa mbalimbali na kuwa ndio tiba na mwili kupona wenyewe.

Kutibiwa na kuponyeshwa magonjwa kwa dawa na tiba mpya, mara nyingi hakutibu hisia hasi na misukumo yake ambukizi ya hamu, tamaa na ubinafsi toka kwa binadamu mwenyewe. Hii ina maana gani? Hakuna dawa zaidi ya uasili wa mwanadamu peke yake kama ufahamu maalum unaojenga utu wetu, itakayo jenga uwezo wa kuongoza, kumiliki na kutawala hisia, hamu, tamaa na ubinafsi, misukumo ambayo inachangia kwa kiasi kikubwa kujenga aina ya mahusiano ambukizi na vyanzo mbalimbali vya magonjwa kwenye mizunguko ya maisha yetu.

Mara zote dawa mpya zinapotutibu na kutuponyesha magonjwa yetu, katika hali ya kupumbazwa na hisia, hamu, ubinafsi na tamaa zetu misukumo hii inakuwa ya kwanza kutujengea fikra na matendo ya jinsi ya kuadhimisha kutibika huko kwa njia zisizoendana na uasili wetu. Kuwa mkweli kwa muda, kisha tafakari kwa kina maadhimisho ambayo yatafanyika kama ugonjwa wa ukimwi utapatiwa dawa kamili leo hii. Jaribu kuona mahusiano mapya kati ya watu, vyakula, vinywaji, starehe mbalimbali na maisha kwa ujumla yatakayojitokeza kama hayatakuwa vyanzo vya magonjwa mengine au kudumisha yaliyopo.

Hebu tafakari mgonjwa wa saratani iliyosababishwa na uvutaji wa sigara anayeadhimisha kupona kwake kwa kuvuta sigara nyingi anavyoweza ili kumaliza hamu ya kiu ya sigara ya muda mrefu uliopita wakati anaugua. Anapata fursa ya kufanya tafrija hiyo kwa sababu dawa ya saratani sasa iko sokoni. Jiulize mgonjwa huyu angepona kisukari, ukimwi au shinikizo la damu na kadhalika angeadhimishaje?

Hapa dawa mpya iliyopatikana itakuwa imetumika kama kipoozeo cha kuendeleza mazingira na misukumo ambukizi inayojengwa na hisia hasi na vimelea vyake baada ya kuusaliti uasili wake. Kiupofu mgonjwa huyu anategemea kuendelea kuwa na afya kamili huku akiendelea kutumia sigara kwenye maisha yake yote, kwa matumaini ya kuwepo kwa dawa mpya wakati wote.

Mgonjwa atakuwa amepona saratani lakini hajapona misukumo ambukizi inayomsukuma kutumia sigara na vilevi vingine kama vipoozeo na mtindo wa maisha ambukizi. Kimsingi kilichotibiwa ni matokeo na sio chanzo cha tatizo. Na haitamchukua muda mrefu kujikuta anarudiwa na ugojwa wa awali ambao utatibika kwa ugumu kwa dawa zilizouponya mara ya kwanza. Na hali hii ikiendelea dawa mpya na bora iliyoingia sokoni itashindwa kabisa kuwa na uwezo wa tiba. Matokeo yatakuwa kutafutwa dawa mpya, ugonjwa kuwa sugu au kujitokeza kwa namna na sura nyingine na kuonekana kama ugonjwa mpya.

Kutibiwa matokeo na chanzo cha maradhi kuachwa ni hitaji la wagonjwa wengi kwa sababu za kibinafsi tu, zinazotokana na kuasi uasili wao ambao ni ufahamu unaojenga utu na maadili yake. Ni wagonjwa wachache waliotayari kuruhusu mchakato wa tiba kuingilia misukumo ambukizi ya hamu, tamaa, ubinafsi na vipoozeo vyake. Tunahitaji matokeo yatibiwe ili mara moja tukaadhimishe kutibika huko na kupona kwetu kwa misingi ya kukidhi mahitaji ya misukumo ya hamu, hisia na tamaa zetu kupitia vinywaji, vyakula, marafiki na vipoozeo vingine ambukizi.

Ni wagonjwa wachache waliotayari kujumuisha misingi na kanuni sahihi zinazothamini ukweli wa afya kurejea kwenye ufahamu wa utu wao. Tunaweza kuwa na haki ya kufanya maadhimisho ya kupona ugonjwa wowote kwa namna itakayoruhusu kukidhi kiu ya misukumo na vipoozeo ambukizi, wala hakuna wa kutuzuia. Hatuna budi kwa misingi hiyo hiyo tukubaliane na ukweli kuwa tutakuwa tumekiuka uasili wa utu wetu kwa kuikubali misukumo ambukizi kutuongoza na kuifanya sehemu ya maisha yetu. Ikimaanisha pia kuwa tumeidhinisha usugu na magonjwa mapya kuwa sehemu ya maisha yetu.

Tutakuwa tumelazimika kujipofua tusione wala kuthubutu kutathmini madhara ya misukumo iliyo nyuma ya maadhimisho tuliyoyafanya. Kwa upofu huo wa kiufahamu, unaifanya misukumo hii kutotiliwa shaka huku ikiwezesha maadhimisho na mitindo ya maisha ambukizi kiafya kila siku. Karibu kila ugonjwa sugu uliopo leo hii nyuma yake umebebwa na misukumo ambukizi kupindua ufahamu wa utu na hivyo kukwamisha nguvu hai (*life force*) iliyo msingi wa afya.

Magonjwa yanaweza kutibiwa na kupona, hilo linaweza lisiwe na ubishi hata kidogo, lakini kuna misukumo ambukizi inayoendelea kuchochewa ambayo haitibiwi na inajionyesha kwenye aina ya maadhimisho yanayofanywa na mgonjwa baada ya kupona. Misukumo ambukizi na vimelea vyake inakuwa kama kivuli kinachomfuata mgonjwa huyo kila anapokwenda na itakuwa nguvu ya kumsukuma kuishi maisha yasiyo ya kujitawala, kujiongoza, kujivumilia na kujisimamia kwenye mahusiano mbalimbali muhimu kwenye maisha yake. Mahusiano ambayo kimsingi ndiyo yanayo muamulia chimbuko la kweli la kinga ya mwili, nguvu hai na ujumla wa afya yake yote.

Kwa namna nyingine uasili wa mtu unaweza kutafsiriwa kama mamlaka ya utu wa mtu ambao ni uwezo wa kujitawala, kujisimamia, kujiongoza, kujituma, kujiheshimu na kujilinda kwenye mahusiano yote muhimu yanayohusu kujenga na kuimarisha afya kwenye maisha yeke ya kila siku. Hapa ina maana utu ni uwezo wa kiufahamu wa kumiliki kikamilifu hisia hasi, hamu na tamaa zetu kwa njia inayokuwa na thamani ya ujenzi wa nguvu hai, afya na kuruhusu kupona na kuimarika kwa kinga ya miili yetu. Ina maana kwenye utu uliokamilika hakuna misukumo ambukizi na maisha ambukizi ya maradhi yanayoambatana nayo.

Kwa namna hii ufahamu unaojenga utu kama uasili wetu utakuwa ni chombo muhimu kwenye afya zetu. Tuiite aina hii ya afya, afya ya utu kwani inahusu kuurutubisha uasili wa utu wa mtu na kuulinda dhidi ya misukumo ambukizi. Afya ya utu ni kipengele muhimu kwenye kukamilisha afya ya ujumla ya mwanadamu wa leo.

Kwa hiyo tugundue afya katika mitizamo miwili, afya ya utu na afya ya mwili. Tuone kuwa dawa mbalimbali zinaweza kupelekea afya ya mwili kukamilika kabisa, lakini kamwe haziwezi kutibu na kukamilisha afya ya utu wa mtu. Na kutibika hadi kupona ni majumuisho ya aina zote mbili za huduma ya afya. Bila tiba kukamilika katika ngazi hizo mbili athari yake itajitokeza kama usugu kwa magonjwa ya kawaida au kujitokeza kwa magonjwa mapya kila baada ya kipindi cha muda fulani.

Mara nyingi dawa na tiba mpya zinapogunduliwa hazihusishi kabisa au kwa kiwango cha kuridhisha kipengele muhimu cha afya ya utu kama sehemu ya matibabu. Na kuwepo kwa magonjwa mengi sugu ni ishara na kilio cha miili na ufahamu wetu kudai kukamilishiwa kwa sehemu iliyopuuzwa ya afya ya utu. Ambayo kwa kweli haina budi kuzingatiwa na kupewa nafasi yake stahili ili kunusuru jamii kwenye maradhi yaliyosehemu ya mwanadamu mwenyewe.

Ni vema ikatambulika vizuri kuwa huduma ya afya ya utu haihusishi dawa ya aina yoyote kama ilivyo kwa huduma ya afya ya mwili. Na ieleweke kuwa afya ya utu ni tofauti na afya ya akili. Mgonjwa anaweza kuchunguzwa vigezo vyote vya afya ya akili na kuonekana mzima, lakini jambo hilo halimfanyi akawa timamu na mkamilifu kwenye utu na maadili yake.

Uwezo wa kufanya kazi na thamani ya dawa mpya unaweza kudidimia na hata baada ya muda kudhoofika kabisa na kukosa thamani ya kutibu kwani thamani ya kweli ya dawa inategemea kwa kiasi kikubwa thamani ya utu wa mtu katika kufikia malengo yaliyotarajiwa. Kwa mtizamo sahihi wa kitaalamu ukweli ni kuwa, hakuna dawa yoyote duniani inayotengenezwa ili ikatumike na watu waliosaliti misingi ya uasili wa utu wao. Hakuna dawa au chochote kingine duniani, chenye uwezo wa kuubeba ufahamu unaojenga utu wa mtu zaidi ya mwanadamu mwenyewe.

Mtu aliyepoteza ufahamu unaojenga uasili wa utu wake amepoteza haki ya asili na thamani yake yote ya kutibika. Kuendelea kumpa huduma ya kutibu mwili wa mtu kama huyu, ni kufanya vimelea vya magonjwa vijenge usugu kwenye dawa na kutoa fursa ya kuchipua kwa maradhi mapya. Ingawa kuna vigezo vingine vinavyopelekea usugu wa madawa na kutokea kwa maradhi mapya. Hapa tumeamua kuchambua nafasi ya kipengele kimoja tu, thamani ya uasili wa utu wa mtu kwenye kukamilisha na kudumisha afya na maendeleo ya jamii.

Tunapotarajia au kuwa na ndoto za kupatikana kwa dawa na tiba za magonjwa sugu, mara nyingi tunafanya hivyo kwa malengo ya kukidhi hamu, tamaa na ubinafsi wetu pindi dawa na tiba mpya zitakapo fanikiwa kutibu magonjwa yetu. Mara nyingi ndoto za dawa mpya zinafikiwa, lakini ukweli unabakia kuwa haitachukua muda mrefu kabla ya kupata maambukizi mapya, maradhi mapya, usugu mpya wa vimelea vya maradhi na kikubwa zaidi kushuka kwa thamani ya utu na maadili yake yote kwenye jamii kwani dhana ya utu imepuuzwa kwenye mchakato mzima wa huduma ya afya na maendeleo ya jamii.

11

Tiba Kwenye Chanzo

Udhaifu unaopelekea uzalishaji wa hisia hasi dhidi ya matukio mbalimbali kwenye maisha yetu ndio chimbuko la kuathiri uasili wa utu, fikra, tabia na mwenendo mzima wa mwanadamu na kuwa chanzo kikuu cha kutotibika kwake. Mtu aliyepoteza uasili wake hatibiki kikamilifu hadi kwanza arejeshe ufahamu unaojenga utu wake utakaotokomeza *mfumo mzima wa hisia hasi.*

Maisha yanayoendeshwa kwa *mfumo wa ufahamu* wenye uwezo wa kujenga utu wetu, ni maisha yaliyotawaliwa na uasili wetu usio na uwezo wa kuzalisha wala kustawisha vivuli vya hisia hasi ndani yetu. Maisha yasiyozingatia ufahamu wenye kuasisi thamani zote za kiutu na maadili yake, hayatakuwa na uchaguzi mwingine zaidi ya kukumbatia vivuli vya maisha yetu ya kila siku kama hisia hasi zilizotuama ndani yetu na kuwa chanzo cha matatizo yote ya kijamii.

Hatua ya kwanza ya utatuzi wa afya tokea kwenye chanzo, inaanzia kwenye elimu ya utambuzi inayojenga ufahamu wenye uelewa wa ukweli wote wa vivuli na vimelea vinavyosababishwa na hisia hasi. Werevu huo utatoa uwezo wa kuwa sahihi kwenye maisha, hasa kuweza kukabili maisha kwa namna isiyo zalisha na kukumbatia hisia hasi katika hali yeyote ile. Uwezo huu dhidi ya hisia hasi hujengwa na ufahamu wa utu, ufahamu wenye uelewa uliosheheni werevu, utambuzi na uwezo wa kukabili matatizo na misuguano ya maisha pasipo kuzaliwa hisia hasi za aina yeyote, hivyo kuwa shina la nguvu hai ya kustawisha afya yote ya mwili.

Pili, kuuachia uelewa huo jukumu lote la kuzikabili na kuzishinda hisia hasi kwenye misuguano mbalimbali ya kila siku ya maisha yetu. Uelewa kamili; peke yake ndio wenye mamlaka na uwezo wa kuzishinda hisia hasi katika hali yeyote. Mtu mwenyewe bila uelewa wa dhati wa hisia hasi, hana mamlaka ya kuweza kuzikabili na kuzishinda hisia hasi. Ni uelewa unaotokana na elimu ya ufahamu wa utu na utambuzi wa ukweli wote wa hisia hizi wenye mamlaka yote ya kutuwezesha kutokuzalisha hisia hasi kwenye mazingira yetu.

Kwenye matukio hasi, matatizo na misuguano yote kwenye maisha, tutapinga, kupambana na kuchukua hatua zote stahili ilikufikia utatuzi wenye mantiki na hekima lakini bila kutumia hisia hasi hata tone moja. Inawezekana kabisa kuwa mkali, kupinga, kupambana na kuchukua hatua muafaka juu ya jambo bila kuzalisha hisia hasi hata kidogo. Kwani sasa inatambulika wazi kabisa kuwa uzalishaji wa hisia hasi katika mchakato wa utatuzi wa tatizo lolote ni kulifanya liambatane na muhusika huku likimjengea vimelea vya hisia hasi na misukumo yake ambukizi ya maradhi.

Utatuzi wowote wa shida, tatizo na misuguano yote ya kila siku hauna budi kutekelezwa kwa kutumia *ufahamu* na wala sio *hisia* kwani madhara ya hisia hasi mara nyingi ni makubwa kuliko hata tatizo linalokusudiwa kutatuliwa. Ni ujinga kuzalisha hisia hasi dhidi ya tatizo lolote kwani hisia hizi zitajenga mahusiano yasiyovunjika kwa urahisi na tukio au msuguano huo, huku zikichochoea hamu na tamaa za vipoozeo vilivyovuka mipaka.

Kuerevuka dhidi ya hisia zetu, kunatupa utambuzi kuwa mahusiano hayo yasiyovunjika kirahisi yanawezeshwa na kusukumwa na vimelea vya hisia hasi. Kuendekeza uzalishaji wa hisia hasi zaidi ya kuvijenga na kudumisha vimelea hivyo, pia kutadumisha mshikamano na vipoozeo kwa namna ya kutuambukiza maradhi na kutupotezea fedha.

Hatuna budi kupinga au kukabiliana na hali hasi, matukio hasi na misuguano yote ya kimaisha bila kuzalisha hisia hasi kwani unyonge na udhaifu wa kushindwa kufanya hivyo utajenga vimelea na misukumo yake. Misukumo ambayo ni ambukizi kwa maradhi na kuyajenga mengine mapya kila baada ya muda. Ni lazima kuzishinda hisia hasi kwa ufahamu wa kiutu kwani bila hivyo, vitazaliwa vimelea vya hisia hasi vilivyo chimbuko la kudhoofu kwa kinga ya mwili na kupelekea maradhi mbalimbali au mwili kushindikana kutibika.

Elimu ya kuzielewa na kuzishinda hisia hasi ina mwanzo lakini haina kikomo. Kwa kuwa kuerevuka na kufikia utambuzi wenye uwezo wa kudhibiti hisia hasi ni tiba ya msingi ya uasili wa utu wetu, itabidi elimu hiyo iwe ni endelevu isiyo na kikomo kwani misuguano na hali hasi za maisha nazo hazina kikomo.

Ufahamu wenye uwezo wa kujenga utu wetu ndio silaha na chombo pekee katika kukabili matatizo yote kwenye maisha yetu. Ufahamu si kitu kilichovia au kilichokufa, ufahamu ni kitu kinachoishi, chenye uwezo wa kumomonyoa hisia hasi na kupambana na hali hasi zote za maisha. Ufahamu unapotumiwa kwa uelewa unajenga utu na maadili yake ambayo yanazaa mafanikio na mtiririko wa nguvu hai iliyo msingi wa afya ya asili toka ndani ya mwanadamu mwenyewe.

Ni ufahamu tu ndio chombo cha kutumia kwenye utatuzi wa matatizo yetu, na sio hisia hasi. Matokeo yanayopatikana unapotumika ufahamu ni tofauti kabisa na matokeo yatakayopatikana kwa kutumia hisia hasi na akili peke yake. Ufahamu unapotumika kutatua matatizo hakuzaliwi hisia hasi na vimelea wala misukumo yake ila, tukio chanya lenye mafanikio na afya yote ya mtu. Akili peke yake bila ufahamu hupelekea kuzaliwa kwa hisia hasi na misukumo yake ambukizi na tukio hasi kuambatana na mtu kama sehemu ya maisha yake.

Ufahamu unauwezo wa kujenga utu na maadili yake, lakini hisia hasi hazina uwezo huo. Hata kwa sababu ya uchanga wa kiufahamu tunapojikuta tunazalisha hisia hasi mbalimbali itatulazimu kuzikabili kwa ufahamu ambao ndio wenye mamlaka kamili ya kuzishinda na kutubakishia uasili ambao ni chimbuko la utu wetu. Ufahamu unatumika kuzifuatilia hisia hasi kila zinapojitokeza hadi zinapotokomea ni kama zoezi la kujifunza hadi liwe tabia na sehemu ya maisha ya kila siku.

Jambo la kufanya ni hili: Tumia ufahamu wako na jaribu kufanya zoezi hili la ufahamu kama njia ya kujenga utu wako katika kukabiliana na hisia hasi. Fanya hivi; Pale unapojikuta umechochewa na umezalisha hisia hasi kwa utulivu kabisa, jaribu kutambua na kufuatilia kiufahamu uwepo wa hisia hizo za woga, hasira, shaka, chuki, wasiwasi au hisia hasi nyingine mbalimbali zilizojitokeza.

Kiufahamu zifuatilie tena na tena kila zinapojitokeza, fanya hivyo tangu zinapojitokeza hadi zinapotokomea. Sitaki utumie hisia au akili, ila kusudia *kiufahamu* au kwa utambuzi wa moyoni, kutambua na kufahamu tu kuwa hisia hasi za woga, hasira, chuki au wasiwasi zipo na endelea kufanya hivyo kwa taratibu na utulivu kila zinapojitokeza hadi zinapotokomea. Usizifanye jambo lingine lolote zaidi ya kuzitambua na kuzifuatilia kiufahamu mara nyingi inavyowezekana.

Ni kama unazifahamu hisia hasi na kuzifahamu tena na kuzifahamu tena na tena na kuendelea kufahamia uwepo wake hadi zinapotokomea. Unaweza kusema unaziwekeza hisia hasi kwenye ufahamu wako tena na tena na kurudia tena na tena bila kuchoka, hadi zimetokomea kabisa. Jifunze na jaribu kufanya hivyo mara kwa mara hadi utambuzi huo wa moyoni na ufuatiliaji huo uwe ni tabia yako ya kudumu. Ufahamu ni nyenzo ya kutatulia matatizo ambayo kwa kutoelimika umekuwa hauitumii, sasa unaiamsha kuijenga na kuirutubisha kwa matumizi ya maisha ya kila siku.

Unapojikuta na hisia hasi wakati wowote, tumia *ufahamu* wako na tambua tu kuwa hisia hasi zipo na endelea kufanya hivyo, usitumie *fikra* au *hisia* za aina yeyote ila tumia uwezo wako wa kutambua na kufahamu tu, ni kama unavyofuatilia muziki mzuri unaoupenda tangu unapoanza hadi unapomalizika, unatumia ufahamu na utambuzi wako tu kuusikiliza na kuufuatia, hivyo hivyo zifuatilie hisia hasi kiufahamu tena na tena hadi zinapotokomea. Hatimaye utagundua kuwa hisia hasi zinapotambuliwa na kufuatiliwa kwa unyenyekevu na utulivu kwa kutumia ufahamu ulioerevuka dhidi yake, zina momonyoka kabisa. Hivyo utambuzi wa ufahamu wako unazikwamisha kuweza kusababisha magonjwa, misukumo na matukio hasi kwenye maisha.

Nikama mhalifu yeyote aliyekuwa amejificha kwa siri kabisa anapotambuliwa, kufuatiliwa na kueleweka mbele ya jamii inayomzunguka. Kwa namna fulani uhalifu wake unakuwa umekwamishwa tofauti na yule ambaye hajatambuliwa na kufuatiliwa. Mfumo mzima wa hisia hasi ni sawa na mhalifu ndani ya mwili wa mwanadamu kwa karne nyingi, ambaye sasa hana budi kuwekwa hadharani, kueleweka, kufuatiliwa na hatimaye kutokomezwa na ufahamu unaomuweka hadharani na kupelekea kujengeka kwa utu na maadili yake kwenye jamii.

Ufahamu wa utu wa mtu unapotawala fikra, mienendo na tabia ya mtu, unampa uwezo maalum wa kibinadamu wa kutawala na kuzishinda kabisa hisia hasi. Hali hii hurejesha uasili wa mtu kama ulikuwa umedhurika au kudhoofu. Pia inawezekana kuujenga na kuurutubisha uasili ulio ufahamu unaojenga utu wa mtu. Kurejea au kujengeka kwa uwezo huu ni sawa na kutibika kwa chimbuko la tatizo. Ambalo ni la uasili wa utu wa mtu katika kujenga afya na mafanikio yake. Unaweza kuwasiliana na muandishi kupata cd yenye ufafanuzi zaidi wa jinsi ya kuujenga na kuurutubisha ufahamu wa utu.

Tumeona kuwa tatizo kubwa lililoko kwenye jamii yetu kwa sasa ni uasili wa utu wa mtu kupotea; na tumeona kuwa utatuzi ni kuamua kwa dhati kabisa kwa kila mmoja wetu kuutafuta, kuukomboa na kuurejesha uasili huo kwenye nafasi yake ya chanzo cha kujenga afya na ustawi wa jamii. Uamuzi huu ukishafanyika kutokana na kuelewa tatizo kwa kina, sehemu muhimu ya tiba inakuwa imeshafanyika na sehemu iliyobakia ni ya kumalizia tu.

Tiba kwenye chanzo haijihusishi na dawa ya aina yeyote zaidi ya uelewa wa ufahamu wa utu wa mtu. Msingi wake mkuu ni kutumia ufahamu kutambua na kuelewa kwa kina chanzo cha tatizo na namna ya kukikabili. Ni uelewa huo ambao hatimaye utakabidhiwa mamlaka na jukumu lote la kufanya kazi ya tiba. Kuelewa kunakuwa sehemu na chombo muhimu cha kujenga afya na tiba. Kuelewa chimbuko la kweli kabisa la kutokutibika kwa mwanadamu wa leo ndiko kunakuwa chimbuko la kweli la kuanza kutibika kwake na si vinginevyo. Kuelewa kunapokomaa kunakuwa chombo cha kulinda na kutibu chanzo kilichosababisha kutengana kati ya mtu na uasili wake.

Ni kwa sababu hiyo basi, inakuwa vema kila inapowezekana kumuelimisha na kumuelewesha mgonjwa kutambua vema hatua kwa hatua kwa nini atapona au kwa nini alikuwa haponi. Nikuelewa kwa mgonjwa ndiko kwenye thamani na sio kwa mtoa huduma ya tiba. Kabla ya kupona inabidi athibitishe kwa maelezo kuwa atakapopona ataweza kutambua bayana sababu na mtiririko wa kupona kwake na kufanya tukio la kupona kutokuwa muujiza ila kuwa ni tukio la utambuzi wa ufahamu wa utu wake kuelimika na kuelewa.

Ni wajibu binafsi wa mgonjwa kujenga ufahamu wenye utambuzi dhahiri unao elewa kasoro iliyokuwepo, kilichoiondoa kasoro hiyo na kwa nini kasoro haitaendelea kuwako baada ya kupona. Kutambua na kuelewa msingi wa mchakato mzima wa tiba kwenye uasili wake ndio kunatupa dhana ya tiba kwenye chanzo au afya ya utu. Hii ni tofauti na tiba nyingine ambayo sio lazima kuamka kiufahamu na kuelewa inavyotokea au kujijenga. Ni utambuzi wa ufahamu wa utu na uelewa uliopevuka utakaokuwa mwanga wa kuonyesha afya ilivyopotea na inavyoweza kupatikana.

Mgonjwa atatakiwa kutambua, kuelewa na kuuwajibikia mtizamo mpya unaomtambulisha na kumuelewesha chanzo cha kutokutibika na hatimaye kutibika kwake. Kwa kuelewa kwa dhati chanzo cha kweli kuwa ni kupotea kwa uasili wake ambao ni ufahamu wa utu wake; dhati hiyo hiyo ndiyo itakayompa uwezo wa kuutwaa uasili wake uliopotea ambao ndio jibu na dawa ya asili kwa mwanadamu kama mtiririko wa nguvu hai toka ndani yake na si kwingineko nje yake, kwa kuwa kiukweli dawa ya asili kwa mwanadamu kama ilivyo kwa viumbe wengine wote hai, haitoki nje ya kiumbe husika.

Kama ambavyo imeshaelezwa kabla, ni lazima isisitizwe kuwa uasili wa mwanadamu kama ilivyo kwa uasili wa viumbe hai wengine wote, ndio chanzo na chimbuko kuu la afya iliyopotea na dunia haijui pa kuipata. Na ishara pekee ya uasili wa mtu kupuuzwa ni kuzaliwa kwa hisia hasi ambazo zitajaza nafasi ya uasili wa utu kwa kuruhusu hali mbalimbali kuingilia ufahamu na kujijenga kama vivuli au vimelea vya hisia ambavyo vitamtawala mwanadamu kwa misukumo mbalimbali kama mbadala wa uasili wa utu wake.

Baada ya kuelewa kwa undani chanzo cha kutokutibika kwake na hatimaye tiba kwenye chanzo, sasa ni wakati wa kuacha kufuatia dhana hizo kwenye vitabu na kwingineko nje yake. Muhusika atawajibika kulifuatia somo hili kwenye ufahamu, fikra na mienendo yake. Atajisoma yeye mwenyewe na mahusiano ya maisha yake na sio maandishi ya vitabuni. Kwa kutumia ufahamu wa utu wake, atajifuatilia hisia zake, atajisoma, kujipeleleza, kujielewa na kujitambua mwenendo wote wa mfumo wa kujitenga na uasili wake unavyojiendesha na kufanya kazi kila siku ya maisha yake. Atawajibika kujichukulia hatua muhimu kwa kile alichojigundua na kujitambua. Ni safari yenye mwanzo na inayoendelea wakati wote wa maisha ya mwanadamu.

Atajitizama na kujifuatilia kwa kutumia ufahamu wa utu wake tena na tena, tuuite hali hii ya kufuatilia kwa ufahamu tena na tena kama "kufahamia" tofauti na "kufikiria" kunakotumia akili. Kufahamia liwe ni zoezi la ufahamu na kufikiria liwe ni zoezi la akili. Kwa hiyo atajifahamia jinsi hisia hasi zinavyojitokeza na kujibadili kuwa misukumo na fikra za hamu, tamaa, ubinafsi na vitendo vya kujipooza kama namna ya maisha. Lazima kujichunguza kiufahamu na kuzifuatilia hisia hasi kiufahamu tena na tena ili kutambua zinavyojijenga kuwa fikra, kauli na matendo yaliyosheheni misukumo hatarishi na vipoozeo vyake mbalimbali. Uzoefu wa kufahamia katika kujitafakari, kujichunguza na kujifanyia upelelezi wa mfumo huu wa hisia hasi *(emotional intelligence)* utajenga uwezo na mamlaka ya kutokutii, kuendeshwa na kuwa mtumwa wa misukumo hiyo na mfumo mzima wa hisia hasi.

Jaribu kutumia ufahamu wako kujipeleleza hadi kutambua

kinachokusukuma ukajipooze, kwani unahakika ya kushuhudia unavyopata misukumo mbalimbali isiyozuilika kirahisi ya kujipooza kwa vipoozeo ulivyozoea. Ingawaje inaweza kuwa ni zoezi lenye maumivu na kero, kuamua kwa dhati kujifuatilia wewe binafsi kuanzia kwenye michemko ya hisia hasi hadi kujikamata kwenye vipoozeo vyako maalum, ni jambo linalohitaji ujasiri na ambalo hatimaye itabidi lifanyike na uweze kuishinda misukumo hiyo. Kuruhusu mfumo mzima wa hisia hasi utambulike na kuwa hadharani kwenye ufahamu unaojenga utu wako, ndio njia pekee ya kuudhibiti na kuushinda.

Baada ya kuelewa kuwa mfumo mzima wa hisia hasi unajumuisha vitu vitatu; vimelea vya hisia, misukumo ambukizi na vipoozeo kama mtindo wa maisha, sasa lazima ufuatiliwe kiufahamiaji kwa kutumia ufahamu wa utu. Ufuatiliaji huu wa kipelelezi kwa mfumo mzima wa hisia hasi unaufanya mfumo huu haribifu kudhoofika na kuangamia. Kwa kuamua, kutulia, kuutambua na kuufahamia mfumo huu wa hisia hasi kutakupa matokeo ya kuumomonyoa na kuubomoa kabisa. Hisia hasi na mfumo wake wote hauwezi kumudu kutambuliwa kiufahamiaji unavyojijenga hatua kwa hatua hadi kufikia hatua ya kukupotosha kwa vipoozeo mbalimbali alafu ukabaki salama.

Uwezowakuutambuanakuuelewakiufahamuunavyopumbaza na kupotosha *(hypnotizing)*, uwezo huu unakuwa kama nuru na mfumo wenyewe wa hisia hasi unakuwa kama giza, hali ambazo haziwezi kukaa pamoja. Kuelewa na kutambua njama zote za mfumo huu ndani yako, unakuwa kama umewekwa hadharani na kuwa kama adui yeyote anavyokosa uwezo wa kuendelea kufanya uovu wake punde anapofichuliwa wazi hadharani. Mfumo wa hisia hasi ni mfumo mnyonge na dhaifu kabisa kiasi cha kutokomea unapokabiliwa kwa hadhara ya kudumu inayotokana na utambuzi wa ufahamu wa utu katika kuufahamia.

Mkusanyiko wa vimelea vya hisia vinavyojengwa na kurutubishwa na hisia hasi za maisha ya kila siku vina werevu, vimefanikiwa kujificha kwa kutanguliza misukumo ambukizi *(hypnotic forces)* na kumzawadia muathirika vipoozeo mbalimbali kama njia ya kumpumbaza ili kumtumia kama mtumwa wake. Vimelea hivyo vinaishiwa na uwezo wa kuhujumu kwa kutambuliwa, kufahamiwa na kueleweka kwa undani kabisa vinavyojiendesha. Kwa wewe kutambua hatua zote zinazotumika kukupotosha na kukupumbaza, sasa havitaweza kukuhujumu tena kwani viko hadharani na hadhara yenyewe ni utambuzi na uelewa wa ufahamu wako unaokufanya ufuatie na kufahamia misukumo yake kwa kina na mapana.

Mfumo wa hisia hasi umekuwepo tangu enzi za kale na umekuwa chimbuko la magonjwa mapya na magonjwa sugu duniani. Umeweza kujificha nyuma ya kila aina ya usugu wa magonjwa yaliyopo sasa, siku zilizopita na siku zijazo. Kwa kuwa mfumo huu umeweza kukwepa mfumo wa ufahamu wa utu na kutotambulika kwa muda wote wa historia ya maradhi sugu mbalimbali, ina maana kwa sasa una nguvu na ukomavu mkubwa wa kupumbaza jamii na kuisukuma kwenye dimbwi la hamu, tamaa na ubinafsi wa kuhodhi vipoozeo kama mtindo wa maisha, huku wenyewe ukiendelea kuhujumu afya, ustawi na maendeleo ya jamii.

Kihistoria magonjwa sugu yamekuwa yanatibiwa na kila

mara baada ya ugonjwa sugu mmoja kutokomezwa baada ya tiba kupatikana, mara unatokea ugonjwa sugu mwingine nao baada ya kutokomea unatokea mwingine. Hapa kuna jambo dogo na muhimu sana la kutambua kupitia ufahamu halafu kulielewa kwa kina.

Kila nyuma ya ugonjwa sugu uliotokomezwa kulikuwa na mfumo imara wa hisia hasi na uharibifu wake ambao haukuguswa kwa kila tiba iliyowahi kufanyika. Kilichokuwa kinatokea ni kuwa afya ya ugonjwa, ambayo ni huduma ya dawa kwenye mwili wa mgonjwa ilikuwa inafanyika lakini afya ya utu ambayo ni afya kwenye chanzo dhidi ya mfumo wa hisia hasi ilikuwa haifanyiki.

Kila baada ya dawa mpya kutibu ugonjwa, kwa kuwa afya ya utu ilikuwa haifanyiki mfumo wa hisia hasi ulikuwa unajijenga na kukomaa na baada ya muda kuwezesha kutokea kwa ugonjwa mpya. Teknolojia ya tiba na dawa ilikuwa inakuwa na yenye mafanikio hivyo mara moja tiba ya ugonjwa mpya ilipatikana, lakini ghafla baada ya muda ugonjwa huo ulikuwa unakuwa sugu na baadaye ugonjwa mpya kutokea. Hii ni kwa sababu afya ya kukabili mfumo wa hisia hasi ilikuwa haifanyiki, ufahamu wa utu ulikuwa unapotea na kumezwa na mfumo wa hisia hasi.

Kumekuwa na msururu mrefu wa majina tofauti ya maradhi sugu kwenye historia ya tiba. Jambo unalopaswa kuelewa hapa ni kuwa nyuma ya kila jina la ugonjwa huo kulikuwa na mfumo wa hisia hasi uliokuwa unaimarika na kukomaa na kuipa jamii mtindo wa maisha ambao ulikuwa na uwezo wa kuruhusu magonjwa mapya kutokea kila mara. Kutokana na kuimarika kwa mfumo huu, hamu, tamaa na viwango vya ubinafsi vilibadilika na kuongezeka na wakati wote kuufanya mtindo wa maisha kuwa na uwezo mkubwa wa kuambukiza, kujenga usugu wa maradhi na kuwezesha maradhi mapya kila baada ya kipindi fulani.

Kwa sasa kuna ugonjwa wa saratani na ukimwi yote hayana tiba kamili, ukimwi ukiwa wa karibuni zaidi kutokea. Jamii inapaswa kutambua ukweli kwamba nyuma ya magonjwa yote haya kuna gurudumu la mfumo wa hisia hasi lililokomaa, linawezesha vimelea vya hisia hasi vyenye ukomavu wa kutosha, vyenye kujenga misukumo ambukizi yenye kujenga aina ya maisha ya kujipooza ambayo yameitawala dunia kwa nguvu sasa kuliko wakati mwingine.

Ufahamu wa utu umeporomoka, kiwango cha tamaa na ubinafsi kumtawala mwanadamu kiko juu na kinalingana na kiwango cha maradhi sugu yaliyopo kwenye jamii kwa sasa. Nyuma ya saratani na ukimwi kuna gurudumu la aina moja la mfumo wa hisia hasi lenye kuyabeba magonjwa hayo. Tofauti ni kuwa gurudumu lililokuwa linaubeba ugonjwa wa saratani limepanda daraja na kuimarika kuwezesha kutokea ugonjwa wa ukimwi. Na mfumo huu umewahi kuyabeba magonjwa mengine mengi ambayo sasa yametokomezwa kwa dawa mbalimbali, wakati huo mfumo huu ukiwa bado katika hali ya uchanga.

Kwakuwa bado ufahamu wa utu hauzingatiwi katika kuendesha maisha yetu, kwa sasa mfumo wa hisia hasi na uharibifu wake unazidi kuimarika na kuwa na uwezo wa kuwezesha magonjwa mapya kila mara baada ya dawa mbalimbali kutokomeza ugonjwa uliokuwepo awali. Jambo hili ni kama kiini macho kwani upofu unaoasisiwa na vivuli na vimelea vya hisia hasi, hatimaye kufadhiliwa na hamu na tamaa ya vipoozeo na burudani zilizovuka mipaka zimeigubika jamii, ukweli umewekwa kando hautiliwi maanani ili kuwezesha tiba ya kweli na ya msingi kutokea.

Kwa muonekano wa nje saratani na ukimwi yanaweza kuonekana kama magonjwa tofauti sana. Lakini yakitizamwa kutokea kwenye chanzo cha kuathirika kwa uasili wa utu wa mtu, uwezo wa uharibifu wa mfumo wa hisia hasi kwa ugonjwa wa saratani umeongezeka na umewezesha ukimwi kutokea. Ina maana kama ingewahi kutokea tiba ya kweli ya saratani kuanzia kwenye chanzo, basi hakuna namna yeyote ugonjwa wa ukimwi ungelitokea. Wala usingewahi kufahamika, kwani gurudumu ambalo linge usukuma kutokea lingekuwa limetokomezwa kwa ugonjwa wa saratani kutibiwa kwenye chanzo.

Kwa mtu yeyote aliyezinduka kiufahamu anatambua fika kuwa, kama itawahi kupatikana tiba ya magonjwa sugu yenye thamani ya utu kwenye jamii lazima itakuwa kwenye mtizamo huu; Tiba lazima ifanyike kwa ngazi mbili. Tiba ya uasili wa mtu na pili tiba ya magonjwa mwilini. Tiba ya uasili wa mtu itadhibiti vivuli na vimelea vya hisia, misukumo ambukizi na hatimaye vipoozeo kama mtindo wa maisha. Baada ya hilo kuwezekana tiba ya ugonjwa itapatikana, dawa ambayo itatumika kukabili vimelea au hali nyingine mwilini inawezekana kuwa dawa rahisi tu kwani baada ya kutibu uasili wa mtu, mgonjwa atakuwa anatibika magonjwa yake mwilini.

Kwa hiyo basi kimsingi jambo la busara kufanyika ni kubadili gurudumu la mfumo wa hisia hasi kwa kuweka gurudumu la uasili wa utu. Baada ya hapo magonjwa yote hayo yatibiwe kwa njia za kawaida na matokeo yatakuwa tofauti kabisa na ilivyo hivi sasa. Ni *kujivua mfumo wa hisia hasi* na *kuvaa mfumo wa ufahamu* unaojenga uasili wa utu. Utatuzi usijikite kwenye kutafuta dawa mpya peke yake au kusubiri dawa mpya kupatikana hivyo itakuwa sio sahihi. Jambo linaloweza kufanywa kwa sasa liwe kujenga utambuzi wa kiufahamu kisha kufanya uamuzi ni mfumo gani uvuliwe na upi uvaliwe na tiba ya dawa rahisi zilizopo iendelee kama kawaida.

Mara kadhaa kumekuwepo na taarifa za kupona magonjwa sugu mbalimbali kwa namna zisizoweza kuelezeka kwa mtizamo wa kawaida. Kupona huku kumekuwa kunahusishwa na imani, miujiza au bahati ya mtu na kadhalika. Mitizamo hii inatokana na kutoelimika tu, ukweli ni kuwa kwa namna yeyote ile, mgonjwa alipona mfumo wa uasili wake kama afya ya utu na kuifanya afya ya utu yenyewe au ikijumuisha tiba ya magonjwa kukamilisha afya iliyopatikana.

Ni kama injini ya trekta inapotumika kwenye gari, halafu eti kuanza kutatua dosari mbalimbali zitakazo anza kujitokeza kwenye gari hilo kuelemewa na mfumo wa msukumo usio wa uasili wake. Hali hii haitofautiani hata kidogo na kile ambacho kinatokea kwa mwanadamu kujibebesha na kutumia mfumo wa hisia hasi ulio na uasili wa mnyama wa porini anayekula nyama. Mfumo huu ambao ni sahihi kwa mnyama kama simba au chui, kwa sasa ndio ulioshika hatamu ya kumsukuma na kumuongoza mwanadamu kwenye maisha yake baada ya kuusaliti na kuuweka kando mfumo wa uasili wa utu wake.

Ni hakika kutajitokeza kasoro mbali mbali kila mara kwenye gari ambalo limewekwa kifaa ambacho sio chake, kama ambavyo ni kweli pia kuwa zitajitokeza dosari mbalimbali za kiafya kwenye mwili wa mwanadamu kwa kutumia mfumo mzito wa wanyama wa porini usio wa uasili wake. Suluhisho la kweli la matatizo yatakayo jitokeza sio kuendelea kutatua au kutibu dosari ndogo ndogo zinazojitokeza mara kwa mara na zinazoendelea kuongezeka na kuwa sugu kila muda unavyozidi kupita.

Jambo la hekima ni kutambua, kuelewa na kufanya uamuzi sahihi na kuusimamia kwa dhati. Lazima vyombo na mifumo sahihi vitafutwe na kurejeshwa kwenye sehemu husika na tiba ya msingi ya tatizo itakuwa imefikiwa. Kwa hiyo ili kurejesha uwezo wa mwanadamu kutibika, inabidi mambo ya msingi yazingatiwe na utatuzi wa juu juu na usiofikia kina cha tatizo utupiliwe mbali. Maamuzi ya kuutafuta, kuutwaa na kuutumia uasili wa utu uliopotea ndio siri ya afya ambayo kila mtu, familia na taifa inabidi kuifanya kipaumbele na kuifanyia kazi bila kusita wala kupoteza muda. Hatimaye tutakuwa tumefanikiwa kurejesha utu wa familia na utu wa taifa kama nguzo kuu ya afya na maendeleo ya jamii.

Kwa mtizamo huu, dhana hii ya ufahamu ulio uasili wa utu, ambayo inasisitiza kwenye kufahamia, kujitambua na kujifunza kutafakari maana ya utu na kuutumia kama afya ya utu, inapaswa kuungwa mkono na makundi yote ya kijamii, kisiasa, kiimani, kielimu na kadhalika. Dhana hii haitakuwa ya kisiasa wala ya kiimani ila ni ya kitabibu katika kujenga chanzo cha kweli cha afya na kustawisha jamii. Wala haitakuwa na itikadi bali ni kuipa jamii nguvu na muelekeo wa kuunga mkono dhana ya kuukomboa uasili wa utu uliopotea katika kujiponya.

Jambo la msingi kukumbukwa wakati wote ni kuwa; Hakuna dawa yeyote itakayogunduliwa na kuchukua wajibu binafsi wa ufahamu wa utu wa mtu. Jukumu la kuuenzi, kuurutubisha, kuulinda, kuujenga utu wetu si wa dawa au tiba fulani. Ni jukumu la mwanadamu peke yake kujitambua na kujiwajibikia bila kujikimbia kwa kutumia teknolojia ya aina yeyote ile. Dawa hazina ufahamu wala utashi, hazina hekima, mantiki wala upendo na uasili wa utu.

Afya ya utu wa mgonjwa inapokuwa kamilifu dawa zozote zile, zisizo za kemikali au za kemikali za viwandani na kadhalika, zinatumika kwenye thamani yake halisi. Dawa zinakuwa hazijabebeshwa mzigo usio wake, yaani ule tu unaoweza kubebwa na uasili wa utu wa mtu. Kwani kamwe wajibu wa utu na maadili yake haviwezi kubebwa na aina yeyote ya dawa, leo au siku zijazo. Maisha yanayo endeshwa kwa misingi ya utu na yale yanayoukiuka uasili wa utu ndiyo yatakayoamua mustakabali wa kukamilika au kutokamilika kwa afya na ustawi wa taifa letu.

Rasilimali Utu

12

Utu Ni Rasilimali Mama

Utu ni ufahamu wa mtu, unaojitafsiri kupitia fikra, kauli na mienendo ya matendo na tafsiri hiyo kuchukua sura ya misukumo ya maadili ya maisha yenye uwezo wa kustawisha na kujenga maendeleo, maisha bora na afya ya jamii.

Ufahamu huu hupatikana kwa binadamu peke yake na si kwa viumbe wengine. Ni kwa sababu hiyo mara nyingi ufahamu huu ulio chimbuko la ujenzi wa maadili yote ya kibinadamu umepewa jina la ufahamu wa utu. Ufahamu huu unachukuliwa kuwa hazina pekee ndani ya mtu, ambayo inampa utambulisho unaomtofautisha na viumbe wengine wote ulimwenguni.

Ufahamu wa utu unapotafsiriwa kwenye mfumo wa mtiririko maalum wa fikra na matendo, huzaa mchakato unaoweza kuitwa tendo la kufanya kazi. Kinacho jumuishwa na ufahamu huu na kuwa tendo la kufanya kazi ni rasilimali kwenye mazingira ya mtu. Kwa hiyo kufanya kazi kunakuwa na maana ya ufahamu wa utu kukutanishwa na rasilimali mbalimbali kwenye mazingira yetu na kutoa matokeo yanayopelekea ustawi na maendeleo ya jamii.

Ufahamu sio hisia, ufahamu ni tofauti na hisia za aina yeyote ile. Kwa kifupi kuwa na ufahamu unaojenga utu wetu ni matokeo ya ushindi dhidi ya hisia hasi na mifumo yake yote. Ufahamu wa utu unajenga maadili yote ya kibinadamu na kujitafsiri kama mchakato wa kufanya kazi kupitia rasilimali mbalimbali, haujumuishi hisia hasi za aina yeyote kwa namna yeyote ile. Kwani hisia hasi na mifumo yake huchukuliwa kuwa ndio kiua thamani ya utu wa mtu kwa kiwango cha juu kabisa, kisichofikiwa kwa namna nyingine yeyote.

Kufanya kazi, kunakuwa ni mchakato ulioanzia kwenye mfumo wa ufahamu wa utu hadi unapokabiliana na rasilimali kwenye mazingira na kutoa bidhaa ambayo ni matokeo mapya ya kijamii. Matokeo hayo mapya yanatokana na ufahamu wa utu kuhusianishwa na rasilimali yanakuwa ni tija au bidhaa yenye matumizi ya kijamii. Tuelewe kuwa kimsingi, bidhaa tunayoipata imetokana na ufahamu wa utu kujitafsiri kupitia fikra na matendo kukabili rasilimali fulani na hatimaye kuzalisha bidhaa au tija yenye thamani ya kujenga na kustawisha maisha ya mwanadamu.

Tugundue matukio mawili muhimu yasiyotengana katika mchakato huu wa ufahamu wa utu kujieleza kwenye rasilimali zinazopatikana kwenye jamii zetu. Kwanza tumeona kuwa ufahamu unaojenga utu wetu unajitafsiri na kupatikana maadili yote ya mwanadamu. Na pili tumeona kuwa ufahamu huu unajitafsri kupitia rasilimali kwenye mazingira kwa kitendo kinachoitwa kufanya kazi na kupatikana matokeo ya bidhaa au tija yenye kustawisha na kuboresha maisha ya mwanadamu.

Hii ina maana gani? Mtu aliyetawaliwa na ufahamu wa utu unaotafsiriwa kwenye fikra na matendo yake, kwanza atajikuta anaeleleza *tukio la uadilifu wa kibinadamu* kwenye maisha yake. Tukio hilo la kujenga utu na maadili yake halitengani na tukio la pili ambalo ni *tukio la bidhaa inayopatikana* baada ya fikra na matendo ya kimaadili kupambanishwa na rasilimali mbalimbali kama tendo la kufanya kazi na kupatikana bidhaa, mazao au tija yenye thamani ya matumizi kijamii.

Matukio haya mawili ni alama na utambulisho muhimu wa uzalishaji na ustawi wa mwanadamu kwenye maisha yake. Hakuna kiumbe kingine chochote kwenye zoezi zima la ufanyaji kazi kinachoweza kutoa matokeo kama hayo kwa pamoja. Matokeo ya kibidhaa na kimaadili yaliyo sheheni thamani zinazotokana na ufahamu wa utu wa mtu.

Kwa mtizamo mwingine kuutafsiri ufahamu huu kifikra na matendo kunaweza kubatizwa kama hali ya nidhamu ya maisha. Nidhamu ya maisha inaweza kuelezwa kama uwajibikaji, kujisimamia, kujituma, heshima, kujali, haki, usawa, matumaini na upendo. Hizi ni thamani mbalimbali ambazo zote zinabebwa na sifa moja, maadili ya utu wa mtu. Tunatumia nidhamu hiyo ya maisha kama msingi wa kutusukuma kufanya kazi na kupata matokeo, mazao au matunda ya kazi hiyo yanayotumiwa kukidhi mahitaji ya jamii na kumtambulisha mwanadamu dhidi ya viumbe wengine kwenye kueleleza uasili wake ambao ni ufahamu wa utu wake.

Mara zote ufahamu huu unaojenga utu wetu unapokuwa umetafsiriwa kikamilifu lazima utoe matokeo hayo ya aina mbili kwa wakati mmoja. Yaani *matokeo ya kazi na matunda yake*, yakiambatana na *maadili yote ya kibinadamu*. Kunakuwa na matokeo na matunda ya kazi yanayoambatana na nidhamu, upendo, heshima, haki, matumaini, kujali, uwajibikaji, ujasiri, kuridhika na bidhaa au tija zenye kuzingatia thamani za kibinadamu na mfanyakazi kujisikia kukamilika kuanzia ndani moyoni kwenye ufahamu wake hadi nje kwenye mazingira yake.

Rasilimali zote kwenye mazingira yetu zinapotumika kuleta ukamilifu, kuridhika na ustawi huu kwa jamii, tunasema rasilimali zimefanya kazi yake kikamilifu na tunaziita rasilimali hizo, kuwa ni rasilimali kamili au *rasilimali hai*. Kwani si kila rasilimali zinaweza kufikia kigezo cha kuwa rasilimali hai au kamili, kwani jambo hilo litategemea kiwango cha ufahamu wa utu utakao kuwa umetumika kuikabili rasilimali hiyo. Kama rasilimali isipokabiliwa kwa ufahamu wa utu inakuwa sio rasilimali hai ila itakuwa *rasilimali mfu* kwani haitatoa matokeo yenye thamani ya kibidhaa na kiutu kwa pamoja. Itakuwa rasilimali mfu bila hata kujali thamani na ubora wa rasilimali hiyo.

Thamani ya rasilimali kwenye mazingira yetu, zipo kumpa mwanadamu utambuzi wa ukamilifu wake wa kimwili na wa moyoni kupitia ufahamu wa utu wake. Rasilimali hizi zipo kumfanya mwanadamu ajitambue na kujifurahia kiufahamu na kimatendo kupitia ufanyaji kazi unaompa matunda na matokeo ya kibidhaa na kimaadili. Rasilimali zinapotumika bila kufikia malengo haya mawili, rasilimali hizo zinakuwa zimevia au ni mfu kwa kutotimiza maana na malengo ya kuwepo kwake kwenye mazingira ya jamii.

Tunayasimulia haya kwani mtu anaweza kufanya kazi kwa kutumia rasilimali mbalimbali kwenye mazingira yake pasipo kutumia ufahamu wa utu wake. Kuna baadhi ya watu kwa sababu mbalimbali wanapingana na kusaliti ufahamu wa utu wao kwenye maisha yao ya kila siku. Jambo hili linawezekana na limekuwa linafanyika kwa muda mrefu kwenye jamii mbalimbali. Hii inatufanya tuwe na aina mbili za ufanyaji kazi kwenye maisha yetu. Kufanya kazi kwa kuzingatia ufahamu unaojenga utu wetu au kufanya kazi kwa kuzingatia mfumo wa hisia hasi.

Tufuatilie kwa kina aina hizi mbili za ufanyaji kazi kwenye jamii yetu. Tumeona rasilimali kwenye mazingira yetu zinapo fanyiwa kazi kwa mfumo unaoanzia kwenye ufahamu wa utu na tumeona zinatoa matunda ya aina gani. Na kwa upande wa pili sasa tujaribu kuona rasilimali kwenye mazingira yetu zinapotumiwa kwa mfumo wa hisia hasi ambao ni mfumo ulio kiuka na kuusaliti utu wa mtu; tuchambue tuone rasilimali hizo zinatoa matunda na tija za namna gani?

Tunalenga kugundua na kutambua nafasi ya dhana na falsafa ya ufahamu wa utu kwenye uzalishaji na matokeo yake yanayopelekea ustawi na afya ya jamii. Pia tunataka tuone nafasi ya ufahamu wa utu kwenye kutafsiri na kuipa rasilimali yeyote kwenye mazingira yetu thamani yake ya kijamii katika uzalishaji na kupatikana kwa bidhaa au tija iliyobeba na kusheheni thamani zote za kiutu na kibinadamu.

Hatimaye tuwe kwenye nafasi ya kujibu swali lililopo tangu enzi na enzi kuhusiana na mchakato mzima wa uzalishaji na ufanyaji kazi kwenye kustawisha maendeleo ya jamii kuwa; hivi rasilimali zote zinazo mzunguka mwanadamu kwenye mazingira yake zina maana yeyote au thamani ya kijamii ya kuitwa rasilimali bila kwanza kutanguliwa na kupewa thamani hiyo na ufahamu unaojenga utu wa mtu?

Tunataka tutambue rasmi thamani ya kweli ya uwepo wa *ufahamu wa utu* kama *rasilimali Mama*. Ikiwa na maana kuwa ni rasilimali inayozipa uhai na uhalisia wa matumizi ya kijamii rasilimali nyingine zote kwenye mazingira yetu. Rasilimali Mama iwe ndiyo inayo amua kuwa rasilimali nyingine zote zinakuwa hai na kamili au zinakuwa rasilimali zisizo hai na zisizo kamilifu.

Kwa mtizamo huo rasilimali kwenye mazingira yetu ziitwe *rasilimali mazingira* kuzitofautisha na rasilimali ndani ya mwanadamu iliyo rasilimali Mama ambayo ni *rasilimali utu*. Rasilimali Mama iwe ndio msingi wa kuipa rasilimali mazingira uhai wa kuifanya rasilimali kamili au kukosa uhai na kupatikana rasilimali isiyo kamili, iliyovia au rasilimali mfu.

Tutambue ukweli kuwa pasipo na rasilimali utu ambayo ndio rasilimali Mama, rasilimali mazingira zinabaki kama vyanzo vya kudhoofisha na kuangamiza afya, demokrasia, ustawi na maendeleo ya dhati ya jamii au taifa husika. Tuamke na kuelewa kuwa rasilimali mazingira hata ziwe na thamani kiasi gani bila kwanza ya kutanguliwa na rasilimali Mama zinakuwa hazina maana yeyote. Zinaweza hata kugeuka kuwa kikwazo cha kukwamisha ustawi, maendeleo, mafanikio na maisha bora kwa jamii.

Tanzania na nchi nyingi za kiafrika zinakuwa mfano mzuri wa jamii zilizoshindwa hadi sasa kutumia rasilimali mazingira zake kikamilifu kwa kukosa kutanguliza rasilimali Mama kwanza. Hali hii inapelekea rasilimali mazingira kuwa chimbuko la ufisadi, mateso, unyanyasaji, dhuluma na kukiukwa kwa haki kwa kiasi kikubwa. Kihistoria nchi za DRC na Liberia haziwezi kukwepa kuwa mfano mzuri wa kukosekena kwa rasilimali utu na kupelekea rasilimali mazingira kwenye historia ya nchi hizo kuwa kichocheo kikuu cha ukatili wa kijamii, vita vya wenyewe kwa wenyewe, kukosekana kwa demokrasia na umwagaji mkubwa wa damu.

Ieleweke wazi kuwa jamii iliyo na utajiri wa kiwango kikubwa cha rasilimali mazingira lakini iliyolala usingizi mzito wa ufahamu unaojenga utu wake, jamii hiyo haitafikia ustawi na maendeleo ya dhati hata baada ya karne kadhaa kupita, bila kwanza kuwa na rasilimali Mama iliyo hai na yenye kufanya kazi kwenye mifumo yake yote. Rasilimali hizo pamoja na ubora wake, zitakuwa zimevia na kudumaa. Hazina thamani yeyote ya kustawisha jamii hiyo kufikia maendeleo ya dhati yenye ubora wa kiutu na kibidhaa kwenye maisha.

Jamii iliyo na utajiri mkubwa wa rasilimali mazingira, imejengwa na watu wanaoifanya iwepo kama jamii. Ni vema ikaeleweka kuwa kinachoifanya iweze kutumia rasilimali zake kikamilifu si idadi ya watu wake au viwango vya akili za watu wake tu. Mchango muhimu unaofanya rasilimali zake kuweza kuwa hai na zenye thamani ni ufahamu wa utu wa watu wa jamii hiyo. Idadi ya watu sio hoja ya msingi, muhimu zaidi ni watu wenye thamani ya ufahamu unaojenga misukumo ya utu na maadili yake. Ni watu wenye utu huru ulio na uwezo wa kuthamanisha rasilimali mazingira kuwa bidhaa na tija katika misingi na maadili ya utu na sifa kamili za ubinadamu.

Kuwepo kwa watu wanaomiliki rasilimali mazingira bila kwanza wao kuwa na uwezo wa kumiliki utu wao kama ufahamu unaoweza kujitafsiri kwenye kila nyanja ya maisha yao, ni kikwazo kikubwa katika matumizi sahihi ya rasilimali mazingira bila kupelekea uharibifu kwa jamii hiyo. Uharibifu unaoweza kutokea kwa wanajamii hao unaweza kuwa mkubwa na wa kusikitisha. Na bila kujikwamua toka kwenye kivuli cha hisia hasi na hatimaye giza la kiufahamu wa utu wao, bado jamii kama hiyo itaendelea kujistawishia maumivu na mateso ya kila aina kupitia utajiri wa rasilimali mazingira walizojaliwa.

Tumeona sehemu mbalimbali duniani rasilimali mazingira zikitumika kujenga na kurutubisha vitendo vilivyo kinyume na ustawi wa maendeleo ya mwanadamu. Kwa kukosa rasilimali utu, nishati, wanyama na rasilimali mazingira nyingine mbalimbali zimetumika kufadhili ufisadi, dhuluma, unyonge, matabaka ya jamii, silaha na vita vilivyopelekea ukiukwaji mkubwa wa haki za binadamu au mateso ya kutisha kwa wanajamii wenye kuzungukwa na rasilimali mazingira zenye ubora wa kiwango cha juu kabisa.

Hoja ya msingi wakati wote inakuwa si rasilimali mazingira kuwepo au hata ubora wake tu. Jambo la kuzingatiwa ni kuwepo kwa ufahamu wa kutosha kujenga rasilimali utu ya kutafsiri rasilimali mazingira hizo na kutoa matokeo yenye thamani za kijamii. Ambazo ni thamani ya kibidhaa na thamani ya maadili ya utu. Thamani hizo ni kielelezo cha kupevuka kwa mwanadamu kwenye mazingira yake. Ni ushahidi wa ufahamu wa utu kutafsiriwa na rasilimali mazingira na hatimaye kupatikana kwa matokeo yenye thamani hizo mbili kwenye maendeleo na ustawi wa jamii na taifa kwa jumla.

Dhihirisho la ufahamu wa utu kwenye kazi na uzalishaji, ni upatikanaji wa thamani ambayo ni zaidi ya bidhaa kama matokeo na matunda ya kazi iliyofanyika, ambayo ni thamani ya maadili ya utu inayokwenda sambamba na zoezi zima la kazi na matokeo yake. Kwani bila thamani ya utu kuambatana na matokeo ya kibidhaa, ni kweli kuwa mafanikio hayo hata kama ni bora kiasi gani mwishowe yataishia kuwa vyanzo vya mifarakano, maradhi, majanga, umasikini, dhuluma na makundi pinzani kwenye jamii na wakati mwingine hata kupelekea vita vya wenyewe kwa wenyewe.

13

Rasilimali Kugeuka Adui Wa Jamii

Mtu asiyetawaliwa kikamilifu na ufahamu wa utu kifikra na kimatendo kwenye maisha yake, mtu huyu anakuwa amedumaa kiutu. Atakuwa hatarishi kwake yeye binafsi na kwa rasilimali zinazomzunguka. Ni mkiwa aliyedumaza rasilimali mama yake, hivyo ni mbegu inayoweza kuambukiza madhara makubwa ya kiutendaji kwenye mchakato mzima wa ufanyaji kazi na uzalishaji.

Mtu asiye na uwezo wa kutumia ufahamu wa utu wake, ni mtu aliyedumaa kiufahamu ni mlemavu asiye na daraja la kumuunganisha na utu wake. Si mtu kamili hata kama kiakili amekamilika kabisa kwani kiukweli lazima ataharibu mazingira yake na kuwasababishia wanadamu wengine majanga ambayo hayakuwa ya lazima kuwafika. Haendani wala kukubalika kwenye mazingira yanayomzunguka, kwani ni mtu mlemavu kiufahamu. Na kasoro hii ndiyo itakayojitafsri kwenye rasilimali mbalimbali atakazo kabiliana nazo kikazi hadi kuathiri wanadamu, wanyama na mazingira yote kwa ujumla.

Hali hii ya kudumaa kiufahamu kati ya mtu na utu wake haimfanyi mtu asionekane kama walivyo watu wengine katika hali ya kawaida. Hali ya kudhoofika kiufahamu haigusi wala kuathiri mienendo yake ya kiakili na kifikra. Ni mtu wa kawaida kabisa kihaiba na kiakili lakini asiye na ukamilifu wa kiutu wala kibinadamu. Hana tatizo lolote kiakili ila ana dosari ya kiufahamu, ufahamu unaojenga utu wake ambao unabeba maadili yote ya kibinadamu. Na dosari hiyo ndiyo chimbuko la tofauti zote zitakazojitokeza kwenye swala zima la ufanyaji kazi kupitia mitaji na rasilimali mbalimbali.

Anafikra, kauli na matendo kama watu wengine, lakini fikra, kauli na matendo yake vina ombwe la maadili ya utu na ubinadamu kwa ujumla. Vielelezo vyote vya kimaisha vinavyo tafsri na kueleleza fikra, kauli timamu na matendo yaliyokamilika kama mwanadamu, vyote vina ashiria kuwa hana tatizo lolote. Lakini ufuatiliaji wa makini utadhihirisha dosari ya kiufahamu kati yake na utu wake. Dosari inayopelekea mapungufu makubwa kwenye mchakato mzima wa afya na maendeleo ya jamii.

Ana uwezo kamili wa kufanya kazi na kupata matunda ya kazi aliyoifanya. Isipokuwa kufanya kazi kwake kuna dosari ya utu na maadili yanayo jieleleza kama haki, nidhamu, usawa, upendo na kuridhika kikamilifu moyoni na mwilini. Kwake sifa hizo za kibinadamu hazina uzito wowote kwa ajili ya mchakato mzima wa kazi na uzalishaji. Kwa muathirika wa ufahamu, thamani ya kazi na uzalishaji inaanza na kumalizikia kwenye bidhaa tu, pasipo kujumuisha dhana ya utu na maadili ya kijamii yanayopaswa kuambatana na bidhaa hiyo.

Muathirika anapokuwa ni kiongozi au mmiliki wa rasilimali mazingira, anaweza kuwa na uwezo mkubwa kiteknolojia au kimtaji na kupata matokeo mazuri kiuzalishaji. Kwa vyovyote vile mafanikio ya muathirika huyo yatatumika kukamilisha na kukidhi thamani ya kibidhaa peke yake. Na kamwe hayatahusu wala kuzingatia maadili, utu na thamani za kibinaadamu zinazopaswa kwenda sambamba na thamani za kibidhaa zilizopatikana toka kwenye rasilimali za mmiliki huyo.

Jitihada zake ambazo hazikujikita kwenye ufahamu wa utu, zinaweza kumpelekea kuwa na utajiri mkubwa, utajiri ambao kwa makosa utaitwa ustawi na maendeleo ya jamii, ingawa kiukweli maendeleo hayo ni kiini macho tu. Ustawi na maendeleo hayo pamoja na kuwa mazuri na ya kusifiwa yatakuwa yanakosa vigezo muhimu vya maadili ya kiutu. Hii ni dosari ya msingi kwani moyoni mwanadamu hukamilishwa kwa bidhaaa inayokidhi maadili ya ufahamu wa utu wake na nje yake hukamilishwa na bidhaa yenye thamani stahili ya matumizi kijamii. Na kazi yeyote inayofanyika dhidi ya rasilimali fulani inawajibu wa kukidhi heshima na ustawi wa thamani za undani wa mwanadamu na za kijamii nje kwenye mazingira yake.

Tutafakari kwa kina dhana ya utajiri unaokidhi mahitaji ya vitu na utu wa mtu katika kutekeleza kanuni ya kuheshimu ustawi wa pande mbili zinazomuhusu mwanadamu, upande wa bidhaa kama vitu na upande wa pili kama utu na maadili yake. Umasikini uliotokomezwa baada ya rasilimali mama kutafsiriwa kikamilifu na rasilimali mazingira, unakuwa na matokeo ya ujenzi wa utajiri wa kibidhaa na kimaadili, yaani *utajiri wa vitu* na wa *maadili ya utu* kwa wakati mmoja.

Katika maendeleo na ustawi wa jamii ya kweli hali hizi mbili hazipaswi kutengana hata kidogo. Kwa hiyo maana halisi ya maendeleo iwe; wakati wote kuwepo na ujenzi wa *maendeleo ya utu* na maadili yake *kama demokrasia* ya jamii na taifa, wakati huo huo ikiendana sambamba na ujenzi wa *maendeleo ya vitu* yakiwa ni maendeleo katika *kutokomeza umasikini* wa jamii na taifa kwa jumla.

Hii ni tofauti kabisa ikiwa nidhamu, haki, usawa na maadili yote ya utu katika uzalishaji na ufanyaji kazi havikuzingatiwa na bado mchakato huo ukafanikiwa kutokomeza umasikini. Hakuna shaka itaonekana kama umasikini umetokomezwa, lakini kiukweli hapo pana kasoro. Mafanikio hayo yatakidhi na kutatua tatizo la mahitaji ya vitu lakini hautafanikisha ukombozi wa umasikini wa kiutu na kimaadili kwenye jamii husika. Umasikini wa vitu utakuwa umemalizika lakini utajiri wa utu na thamani zake zote utakuwa bado ni deni linalosubiri kushughulikiwa.

Tatizo la umasikini linapokabiliwa bila kuzingatia misingi ya ukamilifu wa mtu na utu wake hupelekea kukutana na vikwazo vingi. Ni mapungufu ya kimtizamo na kiuelewa kufikiri kuwa mwanadamu anaweza kukamilishwa kiuchumi kwa kupatiwa kila bidhaa anayohijati bila kuambatanishwa na thamani za kiutu na maadili yake. Mafanikio ya kiuchumi ambayo ni matokeo ya mchakato wa mwanadamu dhidi ya rasilimali mazingira, ni swala la ukamilifu katika ushirikishwaji wa mtu na utu wake katika kazi na bidhaa zinazopatikana. Utajiri usiokidhi misingi hii ni utajiri uliovia, usio hai katika kustawisha na kuboresha maisha ya jamii yeyote.

Utajiri huo hauambatani na utajiri wa maadili ya utu na ubinadamu. Mafanikio hayo ya kibidhaa peke yake hayatakuwa ni utajiri unaozingatia usawa wa binadamu, upendo, haki, matumaini, heshima, nidhamu, uwajibikaji na maadili yote yenye kukamilisha undani wa ufahamu wa mwanadamu ambayo ni sehemu ya mchakato wa uzalishaji na ufanyaji kazi. Utajiri huu hauna thamani ya kustawisha afya ya utu kwenye jamii, na bila afya ya utu kutangulia afya ya magonjwa mwanadamu anajikuta si kwamba tu hatibiki ila, hii ni dosari inayopelekea usugu na magonjwa mapya. Utajiri na maendeleo ya namna hii ni hatari kama zilivyo silaha zozote za kivita. Wakati wowote unaweza kutumika kuangamiza ustaarabu na maendeleo ya jamii husika.

Mwanadamu kwa kukosa uelewa anaweza kupoteza muda mwingi na rasilimali zake kujijengea uchumi wenye uwezo wa kumuangamiza. Na huu utakuwa ni ushahidi wa tatizo kubwa ndani yake. Tatizo ambalo wote tunalielewa kuwa ni ulemavu wa kiufahamu uliopelekea kushindwa kukabili rasilimali mazingira ili kukidhi afya, ustawi na maendeleo ya jamii. Ni hali ya kusikitisha kwani *rasilimali hizo zimegeuka kuwa ni adui*. Zimekuwa ni adui wa kuiangamiza jamii iliyopaswa kuendelezwa, kujengwa na kustawishwa na rasilimali hizo.

Hatudhani ni sahihi kuziita rasilimali mazingira kuwa ni rasilimali halisi kikazi, kiustawi au kiuzalishaji zinapotumiwa na ufahamu uliodumazwa na mfumo wa hisia hasi. Moja kwa moja zinakosa thamani yake halali kwa kutokukutanishwa kwanza na rasilimali mama iliyokamilika yaani, rasilimali utu. Bila shaka sasa sote tunaafikiana kwenye utambuzi wa pamoja kuwa, ulemavu wa ufahamu unaojenga utu wa mtu ambao ni kudumaa kwa rasilimali mama unapelekea kupoteza thamani ya msingi ya rasilimali mazingira kuwa chimbuko la afya na ustawi wa jamii.

Wanyama na mashine mbalimbali, vinaweza kukutanishwa na rasilimali mazingira na kufanya kiasi kikubwa cha kazi na uzalishaji wa bidhaa. Uwezekano huu, ambao ni mafanikio na maendeleo ya teknolojia utabidi ueleweke na kufafanuliwa kikamilifu ili kutambua na kuelewa tofauti zilizopo kama angetumika mwanadamu peke yake kwenye shughuli za aina hiyo hiyo.

Tunachotakiwa kutambua hapa ni kwamba, bado tutamuhitaji mtu nyuma ya wanyama au mashine hizi ili kuvipa uhai na thamani ya utendaji kazi. Nyenzo hizo zinamtegemea mwanadamu kuzipa thamani halisi ya ufanyaji kazi na uzalishaji kwani zenyewe hazina sifa hiyo bila utawala wa mwanadamu. Thamani ya utu wa mtu ndiyo itakayotoa thamani ya mwisho ya matokeo ya kazi na uzalishaji utakao fanywa na nyenzo hizo na wala sio teknolojia peke yake.

Mtu aliye nyuma ya mashine au mnyama huyo ndiye mwenye ufahamu wa utu unaomjengea rasilimali mama au asiyekuwa nao. Mnyama na mashine vinafuata mwelekeo alionao mmiliki au muongozaji wake. Mnyama na mashine ni nyenzo tu, inayopokea na kufanya kazi kwa amri ya namna fulani toka kwa binadamu. Amri na maelekezo yanayopokelewa na kuendesha mashine au mnyama husika ndiyo hatimaye itakayoamua aina ya matokeo na uzalishaji utakaopatikana.

Jambo la msingi kueleweka ni kuwa thamani ya teknolojia

yeyote haiwezi kuzidi thamani ya ufahamu wa mtu unaomjengea utu wake. Hii ni kweli kama ilivyo dhahiri kwamba thamani na utajiri wa rasilimali mazingira peke yake bila ubora wa rasilimali utu haipelekei tija na ustawi wa kweli wa jamii. Kwa hiyo iwe wazi kuwa nyenzo za kazi zenye ubora na thamani kubwa bila kwanza kutawaliwa na mtu mwenye rasilimali utu kamilifu sio suluhisho la maendeleo ya jamii.

Hii inaweza pia kuwa kweli tunapotizama kuwa ni nani mwenye kumiliki rasilimali mazingira fulani. Anaweza kuwa na wafanyakazi ambao watafuata miongozo yake. Jambo la muhimu hapa ni kuwa miongozo na maelekezo katika kufanikisha kazi na uzalishaji vitakuwa vinatoka wapi, kuna sehemu kuu mbili tu.

Kutoka kwenye misukumo ya rasilimali mama kama ufahamu wa utu au vinaweza kutoka kulikolemaa na kuvia kwa rasilimali hiyo. Kimsingi thamani ya uzalishaji iliyoko kwenye mashine, wanyama, rasilimali mazingira na wafanyakazi inategemea aina na thamani ya msukumo wa Kiongozi.

Thamani ya kinacho msukuma kiongozi ndiyo itakayo tafsiriwa na wale wanaotegemea uongozi wake, ambao wanaweza kuwa binadamu, wanyama, mali asili mazingira au mashine. Kiongozi aliye athirika ufahamu unaojenga utu wake amedumaa, kamwe hawezi kuongoza jamii kufikia kilele cha ustawi na maendeleo yake. Hapa tuna maana uongozi binafsi kimaisha, kifamilia, kitaasisi, kijamii na hatimaye Kitaifa.

Sasa ni wazi kuwa thamani ya kweli ya ustawi na maendeleo ya mwanadamu haitegemei thamani ya ubora wa mazingira ya nje peke yake, haiwezekani kuwa hivyo. Kigezo kingine muhimu kinachochangia maendeleo ya jamii ni uhai wa hazina ya rasilimali utu iliyotuama ndani kabisa kwenye kiini cha ufahamu wa kila mmoja wetu. Ufahamu wenye uwezo wa kutafsiriwa na rasilimali mbalimbali kama kazi yenye matokeo ya kibidhaa na kimaadili.

Thamani ya rasilimali utu inabidi itawale viongozi wote kwenye jamii, kuanzia viongozi wa mifugo, rasilimali mazingira, mashine na hatimaye watu wote wa jamii husika. Ukweli huu haukwepeki iwapo tunataka ustawi, mafanikio, maisha bora, afya na maendeleo yenye kukidhi nyanja zote za kijamii, kibidhaa na kimaadili kutoka kwenye urithi wa rasilimali mazingira zinazotuzunguka.

Kudumaa kwa rasilimali utu ni aina ya ugonjwa, kiini cha msingi cha kudumaa kwa mfumo wa rasilimali utu ni mwanadamu kuusaliti uasili wake na kusababisha kutawaliwa na mfumo haribifu wa hisia hasi. Ikumbukwe kuwa ukweli huu tulikutana nao pia tulipokuwa tunajadili kinachopelekea usugu wa maradhi na maradhi mapya.

Ulemavu wa rasilimali utu ni matunda au matokeo ya mapinduzi ya *mfumo wa ufahamu wa utu* kupinduliwa na *mfumo wa hisia hasi za mtu* kwenye jamii. Mapinduzi haya yanapelekea kupatikana mtu aliyepotoka na kuusaliti uasili wake. Mtu huyu atakuwa anaendeshwa na misukumo isiyo ya kiutu, atasukumwa na hisia hasi za hamu mbalimbali zitakazo zaa tamaa iliyokithiri. Tamaa hiyo ikikomaa hujenga donda ndugu la hisia hasi ya ubinafsi uliopindukia na matokeo yake dhalimu kwenye jamii.

Tiba ya ulemavu wa rasilimali utu, haitofautiani hata kidogo na tiba ya chimbuko la kweli la usugu wa maradhi na maradhi mapya, ambayo ni tiba kwenye chanzo. Tiba ambayo tayari imeshaelezewa kwa kina na kufafanuliwa kikamilifu.

14

Falsafa Ya Utu: Dira Iliyopuuzwa Kwa Maendeleo Ya Taifa

Mtu aliye uasi ufahamu unaojenga utu wake hawezi kuwa kiongozi aliyekamilika katika nyanja yeyote ile kwenye jamii. Hawezi kuwa mzazi aliyekamilika, hawezi kuwa jirani adilifu, hawezi kuwa balozi mzuri, hawezi kuwa mbunge, waziri au rais makini kutuongoza kujenga umoja, uzalendo na utu huru wa taifa. Hii ni kwa sababu utu ndio uasili wa pekee unaowaunganisha wanadamu wote kuwa kitu kimoja pia kuwatofautisha na viumbe wengine wote. Kwa sababu hiyo utu unakuwa chimbuko muhimu la maendeleo, amani na mshikamano wa taifa.

Kwahiyo mtu aliye usaliti utu wake hana kigezo muhimu cha kuwa kiongozi, kwani bila uasili wa utu atuongoze kwenda kuwa jamii na taifa lenye uasili na tamaduni za aina gani? Kwani huko pasipokuwa na ufahamu wa utu ndipo ulipo uasisi wa afya, maendeleo, mafanikio, amani na umoja wa kitaifa? La hasha, chimbuko la kweli la afya na maendeleo ya jamii liko kwenye misingi ya ufahamu wa utu na maadili yake kutekelezwa kwenye kila nyanja ya jamii chini ya uongozi wenye mamlaka dhahiri yanayosimamia falsafa ya utu.

Mtu akiukana na kuupinga utu kwa fikra, kauli au matendo hatimaye anakuwa ametoa mchango wake wa kukumbatia kivuli kinacho teketeza afya, ustawi, maendeleo na umoja wa taifa. Hii itakuwa na maana kuwa taifa litakuwa limeuvaa mfumo hasi kwenye kuendesha kila nyanja ya jamii yake. Kama ni mtaalam au kiongozi, atasimama vipi mbele ya jamii kuiongoza kwenye kutekeleza sera na mipango mbalimbali ya kujenga afya na ustawi wa maendeleo ya taifa?

Kuchukulia swala zima la afya, mafanikio, maendeleo, amani, utulivu na mshikamano wa taifa pasipo ufahamu stahili unaojenga utu wetu, ni matokeo ya kuegemea elimu ya kiakili peke yake na kuzembea elimu inayojenga utu wa mtu. Ni kujenga taifa lenye wataalam na viongozi walioelimika kwenye werevu wa viwango vya kiakili *(intelligence quotient)* peke yake na walio na mapungufu ya werevu wa viwango vya ustawi na ukomavu wa utu wa mtu *(emotional intelligence)*.

Msingi wa afya kamili lazima uanzie kwenye falsafa ya utu kutafsiriwa kwa vitendo kwenye katiba ya nchi na hatimaye kwenye nyanja zote za kiserekali na kijamii. Na misingi ya kisheria, kisiasa, kiuchumi na kimaisha kwani jamii lazima isimamie na kujikita kwenye falsafa ya utu na maadili yake yote kama msingi mkuu wa maendeleo, amani na umoja wa taifa. Hii itaondoa mzigo mzito unazobebeshwa nyanja nyingine mbalimbali kimakosa katika kutafuta kufikia kilele cha ustawi na maendeleo ya kweli kwa taifa huru.

Ni dhahiri kuwa hata kama uchumi wa nchi unaonekana

kuwa ni mzuri kwa kiwango cha juu kabisa, lakini kama haukujengwa kwenye muhimili wa falsafa ya utu inayosisitiza umoja na usawa katika ufahamu wa utu. Na kama uchumi huo unajenga matabaka kwenye jamii; ni hakika uchumi huo utakuwa haukujengwa kwa kutumia *rasilimali mama* iliyo msingi wa uchumi wa kweli, na hakika utakuwa ni chimbuko dhahiri la kujenga usugu wa matatizo ya kiafya, kijamii na kitaifa. Uchumi huu utakuwa umekiuka misingi ya uasili wa utu wa mtu, hivyo kutengeneza na kuimarisha mifumo hasi kwenye kujenga afya, maendeleo na amani ya taifa lake.

Tutambue kuwa kudhuru au kukiuka utu wetu au wa wenzetu kwa namna yeyote ile kwa kisingizio cha kujenga na kukuza uchumi ni jambo la kijinga kuliko yote kwa kizazi hiki. Hii ni kwa sababu *utu ni rasilimali mama ya taifa*. Kudhuru rasilimali mama ya taifa ni kuangamiza ustawi na maendeleo yote ya taifa na matokeo yake ni kuvia kwa aina nyingine zote za rasilimali kwenye jamii. Rasilimali nyingine zote zinageuka adui wa kuadhibu na kuteketeza afya, amani, mshikamano na ustawi wa maendeleo yote ya taifa.

Kwa mfano hata kama utekelezaji wa sera za utandawazi na ukiukwaji wa misingi ya utu wa binadamu haukwepeki ni bora kujua matokeo yake ya muda mrefu kwa ustawi wa afya ya jamii na utu wa taifa. Tuchunguze kwa makini na kuona kiasi gani taratibu hizo zimechangia kupunguza magonjwa au matatizo sugu ya taifa. Tuone taratibu hizo zimechangia kwa kiwango gani katika kuboresha maendeleo, amani, maadili ya kifamilia na kitaifa.

Hapa tugundue kuwa kujiingiza kwenye kampeni, sera au mikakati ya aina yeyote ya afya na maendeleo ya taifa bila kwanza kuzingatia misingi iliojengeka katika usawa na afya ya utu, hatua hizo ni sawa na kujihakikishia kushindwa kwa malengo hayo hata kabla ya kuanza utekelezaji wake.

Kama rasilimali za nchi zitakuwa hazidhibitiwi na kugawanywa kwa misingi ya utu na hivyo kuegemea kundi moja kwa namna yeyote ile, hii itakuwa sawa na kuathiri utu wa kundi jingine na pengine kulilazimisha kukiuka au kusaliti misingi ya utu wake ili kujipatia haki zake, hivyo kuhatarisha umoja na utu wa taifa.

Utu hauna itikadi, ukabila, ukanda, udini, jinsia, utajiri, umasikini au rangi ya ngozi ila ni umoja na usawa wa jamii unaojengwa na ufahamu uliouasili wa wanadamu wote. Utu ndio nguzo ya amani, utulivu, matumaini, upendo, kuheshimiana, uhuru na umoja wa taifa. Utu ni Utanzania na Utanzania halisi ni utu usioyumbishwa wala kutenganishwa na chochote, kwani wenyewe ndio uasili wa mwanadamu ulio na chimbuko la kimilele.

Taifa lazima liwe na mfumo wa siasa na uchumi wenye kuzingatia falsafa inayoeleweka na kupimika, inayosimamia kujenga na kuendeleza dhana nzima ya ufahamu wa utu, afya ya utu na thamani zake zote za msingi zenye wajibu katika kujenga amani na umoja wa taifa.

Liwe ni jambo la kikatiba kwa misingi ya siasa ya nchi kutafsiri kwa vitendo itakavyoujenga uchumi na ustawi wa jamii usiokiuka thamani ya afya ya utu, umoja wa utu na usawa wa utu kama rasilimali mama ya taifa. Kwani siasa isiyozingatia hayo ni siasa mfu, siasa inayopingana na uasili wa mwanadamu ambayo kwa vyovyote vile itapelekea kuibuka kwa usugu wa matatizo na magonjwa sugu kwenye jamii wachilia mbali dhuluma, rushwa, ufisadi, umasikini na pengine hata vita kati ya matabaka husika.

Kustaarabika, kukuwa kwa uchumi, ustawi wa afya ya jamii na kufanikiwa maishani, vyote hivi ni muendelezo wa falsafa pana ya kujieleleza kwa ufahamu wa utu wa mtu kwenye ujenzi wa taifa. Falsafa ambayo inajengeka kuanzia kwenye ngazi ya familia kuukomboa uasili wa utu wake na kuutumia kama chimbuko la msingi wa maendeleo na mshikamano wa Taifa.

Biography
Robert R Mndeme

Robert R Mndeme ni Mwanasayansi Mtafiti kwenye nyanja ya maikrobiolojia, madawa na kemikali mbalimbali na baadaye kujikita kwenye nyanja ya tafiti za hisia za mwanadamu katika kuendeleza na kujenga afya na ustawi wa jamii.

Amesoma University Of Dar es salaam na Alternative Medicine Collage of Canada na kufanya kazi katika taasisi ya utafiti wa viuatilifu vya nchi za joto Tropical Pesticides Research Institute (TPRI) na sasa katika kampuni ya Vital Word Projects (VWP) inayojihusisha na maendeleo, ustawi na afya ya asili kwa mtu binafsi, familia, jamii na Taifa kwa ujumla.

Ameandika machapisho na vitabu kadhaa. Kupitia njia mbalimbali, hutoa ushauri, mafundisho, semina, makongamano na mikutano mbalimbali juu ya ustawi na afya ya jamii ambayo inasadikiwa kupatikana tu kupitia kufuta ujinga, kuelimika na kuelewa kwa undani hisia za chuki, hasira, woga, shaka, wivu, kinyongo na hisia hasi (Negative Emotions) nyingine zote na vimelea vyake (Emotional Parasites) zinavyoweza kumtawala mwanadamu.

Wasiliana naye rmndeme@yahoo.com
www.Twitter.com/RobertMndeme

Vital World Projects,
vitalworld.project@duniahai.com,
www.duniahai.com,
Tel +255 784 286 065
P O BOX 10730 ARUSHA
TANZANIA

ISBN 978-9987-9421-3-8

www.ingramcontent.com/pod-product-compliance
Lightning Source LLC
Chambersburg PA
CBHW020357170426
43200CB00005B/203
* 9 7 8 9 9 8 7 9 4 2 1 3 8 *